lại vào thư viện
nhớ một thời.
02-09-22

Ngọc Trâm.

Tìm lại dấu xưa

NGUYỄN NGỌC TRÂN

Tìm lại dấu xưa

NHÂN ẢNH
2021

TÌM LẠI DẤU XƯA
Thơ **Nguyễn Ngọc Trân**

Dàn trang: **Nguyễn Thành**
Bìa: **Uyên Nguyên Trần Triết**
Phụ bản tranh **Đinh Trường Chinh**
Nhân Ảnh Xuất Bản **2021**
ISBN: **978-1989993880**

30 tháng 4

Ba mươi tháng Tư đất trời thê thảm
Nỗi buồn này vẫn còn mãi trong ta
Giờ ngồi đây nhớ lại chuyện ngày qua
Ta cứ ngỡ như là cơn ác mộng

Tuổi thanh niên trong lòng ta dậy sóng
Cùng anh em chống lại kẻ thù chung
Bảo vệ giang sơn chiến đấu một lòng
Ngăn sóng đỏ đang tràn từ phương Bắc

Vung thép súng cùng nhau xây dựng nước
Theo tiền nhân nối chí giữ quê hương
Chuyện vào sinh ra tử vẫn xem thường
Mang chiến thắng dẹp tan bao nhiêu giặc

Trận Damber trận Snoul Krek
Rồi mùa hè đỏ lửa đất Bình Long
Kìa Kontum với chiến thắng kiêu hùng
Đến Quảng Trị cờ vàng bay phất phới

Bạn bè ta có những tên rất vội
Bỏ sách đèn theo tiếng gọi quê hương
Hải Lục Không quân đi khắp bốn phương
Chỉ mơ ước có một điều duy nhất

Mơ một ngày quê hương ta thống nhất
Đất nước thân yêu sạch bóng cộng nô
Nhưng tháng Tư đen nào có ai ngờ
Bao chiến sĩ cúi đầu tàn mơ ước

Bây giờ đây trước bàn thờ tổ quốc
Lòng thẹn lòng không giữ vững quê hương
Tuổi thanh Xuân phút chốc tóc pha sương
Tháng Tư đến lại thấy lòng uất hận

Thương quê hương đắm chìm trong số phận
Trước bàn cờ quốc tế đã phân chia
Tháng Tư đen từ đó phải chia lìa
Chồng xa vợ nơi rừng sâu tù tội

Cha mẹ anh em đi kinh tế mới
Vì tự do nên đành phải vượt biên
Giữa đại dương với thuyền nhỏ mong manh
Nhiều thân xác vùi sâu trong đáy nước

Ôi tự do giá sao mà quá đắt
Chữ "thuyền nhân" thế giới bỗng bàng hoàng
Vội cứu người bao nhiêu nước cưu mang
Ta cũng thế đành cùng chung số phận

Nơi xứ người mang nỗi buồn chất ngất
Tháng Tư về vẫn trọn một niềm đau
Để bây giờ và mãi mãi về sau
Ta vẫn nhớ vẫn thương về đất mẹ!

40 năm ngày quốc hận

40 năm rồi sao vẫn nhớ,
Chuyện buồn ngày cuối tháng tư xưa!
Đau đớn cùng đoàn quân kiêu dũng!
Thẫn thờ buông súng hận thiên thu!

Tháng tư ngày cuối đành ôm hận!
Đồng minh trở mặt trói tay chân!
Bao nhiêu chiến thắng thành mây khói!
Kẻ thù bất chiến tự nhiên thành.

40 năm từ ngày giặc chiếm,
Dân nghèo xơ xác càng nghèo thêm!
Quê mẹ vẫn triền miên đói khổ!
Tự do hai chữ vẫn xa xăm!

Quê mẹ bây giờ quá xa xôi!
Đọc tin trên báo dạ bồi hồi!
Trường Hoàng Sa đó còn đâu nữa!
Bản Giốc năm xưa đã mất rồi!

Tiếc từng tấc đất của cha ông.
Chúng dâng Tàu cộng để lập công,
Tây Nguyên chúng bán tìm Bau xít.
Ô nhiễm môi sinh ngập ruộng đồng!

40 năm rồi đất nước tôi,
Gái quê đem gả bán cho người!
Đài Loan Hàn quốc cùng Tàu cộng.
Trời ơi! Sao nhục quá đi thôi!

Trời ơi! Sao nhục quá đi thôi!
40 năm sao vẫn thụt lùi!
Việt Nam hạng chót trên thế giới,
Đứng nhất là trò tham nhũng thôi!

Nhục nhất là đi sang xứ người!
Chỉ biết giở trò ăn cắp thôi,
Đến nỗi người ta viết tiếng Việt,
Đừng nên ăn cắp khắp mọi nơi.

40 năm qua như giấc mộng!
Ngày buồn sao vẫn mãi quanh ta!
Nửa đời lưu lạc chừng vô vọng
Ngày về càng lúc càng mãi xa!

Anh bên này

Anh bên này mùa đông về lạnh lẽo,
Nhìn tuyết rơi chợt nhớ nắng Sài Gòn.
Nhớ về em ôm mãi nỗi cô đơn,
Lòng băng giá còn hơn mùa đông đến!

Ngày anh đi không một lời giã biệt,
Tàu ra khơi là đã mất nhau rồi.
Nhìn đại dương sóng vỗ lòng chơi vơi,
Xa quê mẹ là xa nhau từ đó!

Anh bên này bao ngày dài nhung nhớ!
Muốn tìm em nào anh biết tìm đâu.
Ngày tháng qua em ở tận phương nào?
Nơi đất lạ bốn mùa qua lặng lẽ.

Anh bên này đời lạnh lùng buồn tẻ,
Nhớ về em nỗi nhớ càng in sâu.
Làm sao quên giấc mộng thuở ban đầu,
Ngày hai đứa trao nhau lời hẹn ước.

Đời chinh nhân đã không như mong ước,
Kiếp bại binh đành sống kiếp sống thừa.
Anh bên này nhớ mãi thuở xa xưa,
Nơi xứ lạ bốn mùa đều băng giá.

Anh nhớ mãi người ơi người có biết

Đôi chúng ta cách nửa vòng trái đất!
Biết làm sao cho nỗi nhớ đến gần?
Ngắm chiều buồn anh chợt thấy bâng khuâng,
Những kỷ niệm lại về trong ký ức.

Nhớ con đường một thời ta chung bước,
Hàng me xanh che bóng mát đôi đầu,
Hoặc cùng nhau lặng ngắm giọt mưa ngâu,
Nghe anh kể chuyện Ngưu lang Chúc nữ.

Em không muốn chuyện đôi ta dang dở,
Như chuyện buồn của Chức nữ Ngưu lang!
Mỗi một năm chỉ gặp được một lần!
Chắc lúc đó em buồn em sẽ chết.

Chiến tranh đến nên đôi ta ly biệt!
Anh lên đường chiến đấu giữ quê hương,
Xa mái trường và xa cả người thương,
Bao năm tháng không một lần gặp gỡ!

Ngày anh về quê hương tàn binh lửa,
Thân tù đày nên đành phải xa quê!
Đêm từng đêm vẫn nhớ mãi lời thề,
Thương em lắm vì chưa lần gặp gỡ.

Ta xa nhau hơn Ngưu lang Chức nữ,
Bao thu rồi vẫn mãi chẳng có nhau,
Nơi xứ người lặng ngắm giọt mưa ngâu,
Anh lại nhớ chuyện đôi ta ngày trước.

Hai chúng mình đã không tròn mơ ước,
Thì em ơi xin nhớ chuyện ban đầu,
Dù bây giờ cho mãi đến ngàn sau,
Anh nhớ mãi người ơi người có biết?

Anh sẽ đưa em về quê cũ

Anh sẽ đưa em về quê cũ,
Thăm lại vườn xưa lúc nắng lên,
Nghe tiếng chim non ca ríu rít,
Và gió mơn man rất dịu hiền.

Anh sẽ đưa em thăm trường xưa,
Cổng trường như vẫn đợi mong chờ,
Hàng cây phượng nở như chào đón,
Người bạn năm nào thuở ấu thơ.

Anh sẽ đưa em thăm tiền đồn,
Nơi hành quân cũ chốn biên cương,
Thăm lại từng chiến hào xưa cũ,
Và kể em nghe chuyện chiến trường.

Sẽ kể em nghe chuyện chiến trường,
Những người lính trẻ giữ quê hương,
Cho quê mẹ vẫn xanh màu lúa,
Và các em thơ vui sân trường.

Lính trẻ ngày xưa mộng bình thường,
Mong sao quê mẹ bớt đau thương,
Mơ một ngày mai tàn chinh chiến,
Cùng với đàn em sẽ đến trường.

Anh sẽ đưa em thăm nghĩa trang,
Bạn bè nằm đó lúc đương Xuân,
Hoặc nơi góc núi trong rừng vắng,
Đã mấy mươi năm chẳng mộ phần!

Anh sẽ đưa em thăm khắp nơi,
Quê hương ngày trước đẹp tuyệt vời,
Bây giờ đã mất còn đâu nữa!
Chỉ thấy đau thương hận ngút trời.

Chỉ thấy đau thương hận ngút trời!
Từ ngày bọn giặc đỏ lên ngôi,
Chúng dâng biển đảo cho Tàu cộng,
Cướp đất dân oan hận thấu trời!

Anh mơ rồi sẽ có một ngày,
Cờ vàng ngày trước lại tung bay,
Anh sẽ đưa em về quê cũ,
Cho thỏa lòng mong nhớ từng ngày.

Anh sợ lắm

Anh sợ lắm chia ly nhưng vẫn phải,
Giã từ em trong nỗi nhớ khôn nguôi!
Vì ngày mai ta lại cách xa rồi!
Đời lính trận anh nào đâu dám hẹn,

Đến với nhau trong nỗi niiềm tha thiết,
Một lần thôi nhưng nhớ mãi về sau.
Lời yêu thương chưa nói được câu nào!
Nhưng như đã trao nhau trong ánh mắt,

Để bây giờ nơi núi rừng xa cách,
Nhớ về em anh lại nhắn mây chiều,
Chở giùm anh với tất cả thương yêu,
Cùng nỗi nhớ về người em hậu tuyến.

Những đêm đen nhìn hỏa châu thắp sáng,
Mong sao em được giấc ngủ ngoan hiền,
Và ước mơ cho đất mẹ bình yên,
Đời lính trận sẽ không còn sương gió.

Anh sẽ về với người em gái nhỏ,
Dệt tình yêu xây mộng ước tương lai,
Chuyện chiến tranh như một giấc mộng dài.
Không còn nữa nhưng chia ly ngăn cách.

Anh vẫn nhớ

Anh vẫn thích chiều ngồi nghe biển hát,
Sóng rì rào những âm điệu say mê,
Ở nơi đây nỗi nhớ vẫn hiện về!
Trong ký ức những ngày xưa còn đó.

Ngày anh đi biển gào lên nỗi nhớ!
Sóng bạc đầu vỗ từng đợt đau thương!
Gió đưa thuyền xa khuất bóng quê hương!
Đã xa mãi với lời thề năm cũ.

Bây giờ đây nhìn hàng cây ủ rũ!
Thu chưa về mà lòng đã vào thu!
Nơi xứ người lặng ngắm những chiều mưa,
Những giọt nhớ giọt thương tình đã mất!

Anh vẫn ngắm cơn mưa chiều hiu hắt!
Lòng hỏi lòng người cũ giờ nơi đâu?
Có còn bên con sóng biển bạc đầu?
Hay lặng ngắm lá vàng rơi lặng lẽ?

Anh nơi này đời cô đơn quạnh quẽ!
Vẫn trong lòng bóng dáng của quê hương,
Vẫn trong tim hình bóng của người thương,
Đã xa lắm cuối trời nào ai biết?

Nguyễn Ngọc Trân | 19

Anh vẫn biết

Anh vẫn biết đêm về em một bóng,
Vẫn lạnh lùng ôm ấp nỗi cô đơn.
Vẫn nhiều khi thao thức suốt đêm trường,
Và thương nhớ một người xa xa mãi!

Nhưng em ơi phận làm trai phải vậy,
Đem thân mình để trả nợ núi sông.
Giữ quê hương anh luôn vững một lòng,
Và mơ ước một ngày tàn chinh chiến.

Có ngờ đâu cuộc đổi đời dâu biển!
Anh ly hương ôm hận nhớ quê nhà.
Thời gian qua mỗi lúc mỗi cách xa,
Cho thương nhớ chìm dần vào dĩ vãng.

Có những lúc đêm đen anh thức trắng,
Kỷ niệm xưa luôn nung nấu trong tim,
Nhớ về em anh luôn mãi đi tìm
Sân trường cũ cùng mùa hoa phượng nở.

Tạ lỗi em cùng mối tình dang dở!
Tạ lỗi quê hương lời hứa không tròn!
Nên từng ngày lòng vẫn mãi vấn vương,
Người yêu dấu cùng quê hương bỏ lại.

Anh vẫn yêu em như thuở nào!

Anh vẫn yêu em như thuở nào,
Cho dù ta đã chẳng còn nhau.
Vẫn mãi trong anh bao kỷ niệm,
Nụ hôn đầu ta đã vội trao.

Một thoáng đời qua như giấc mộng.
Bao đêm chuyện cũ vẫn hiện về,
Chập chờn trong giấc chiêm bao ngắn,
Vẫn thấy cùng nhau ước hẹn thề!

Một nửa đời người nửa vòng quay
Bên anh nỗi nhớ vẫn đong đầy
Nửa vòng trái đất em nào biết?
Anh vẫn tìm em trong cơn say.

Để rồi Thu lại về đây,
Anh đem nỗi nhớ đong đầy trong thơ,
Lá vàng từng cánh hững hờ,
Cho anh nhặt lá làm thơ nhớ người.

Ảo mộng

Có nhiều đêm trong lạnh lùng trống vắng,
Anh nhớ hoài nhớ mãi bóng hình em,
Những chiều xưa ôi tha thiết êm đềm,
Cùng dìu bước bên nhau nghe biển hát.

Bây giờ đây nơi ngàn trùng xa cách,
Thấy em buồn biển vắng bước lang thang,
Nhìn biển xanh xa mãi tận ngút ngàn,
Gởi chuyện cũ theo từng con sóng vỗ.

Ngày anh đi biển gào trong nỗi nhớ!
Xa dần xa hình bóng của quê hương,
Hàng thùy dương che khuất bóng người thương,
Hình ảnh đó trong anh còn nguyên vẹn.

Đêm từng đêm vẫn nhớ lời ước hẹn,
Một ngày về nối lại bước chinh nhân,
Sẽ cùng nhau dạo khúc nhạc ái ân,
Nghe biển hát bài tình ca thuở trước.

Nhưng em ơi! đời không như mộng ước!
Đường về quê xa mãi vẫn còn xa,
Dù trong anh lòng vẫn mãi thiết tha,
Mong nối lại nhịp cầu xưa dang dở.

Hơn nửa đời anh mang thân biệt xứ,
Nhìn lại mình giờ tóc đã thay màu.
Nợ tang bồng đã gãy gánh từ lâu,
Mong chi nữa chỉ còn là ảo mộng.

Nguyễn Ngọc Trân | **23**

Ba mươi Tết đón Xuân buồn

Ba mươi Tết ngồi chờ sang năm mới,
Nhìn ngoài sân hoa tuyết vẫn nhẹ rơi!
Lòng chơi vơi nhớ quê mẹ xa vời,
Bao Xuân đến ta không về đón Tết!

Nơi xứ người Xuân về trong giá rét,
Vẫn lạnh lùng vì chẳng có mùa Xuân,
Giao thừa về lòng sao thấy buồn tênh,
Nhớ Xuân cũ hương trầm bay nghi ngút.

Ba mươi Tết nghe lòng mình thổn thức,
Tháng năm dài chồng chất những nhớ thương
Mỗi Xuân về lòng chợt thấy vấn vương
Bao Xuân cũ hiện về trong ký ức.

Thời gian trôi đã hao mòn thân xác,
Tóc bạc màu chuyện cũ vẫn còn nguyên.
Nợ sông hồ ngày tháng đã lãng quên,
Xuân lại đến cuối đời vui chi nữa.

Tranh Đinh Trường Chinh

Bài thơ Xuân ngày xưa

Tết đến ai ơi tết đến rồi,
Tưng bừng hoa nở khắp muôn nơi,
Vui tết đàn em khoe áo mới,
Đón Xuân ngoài ngõ rộn tiếng cười.

Xuân đến cho em thắm má hồng,
Hết rồi đêm giá lạnh mùa đông,
Cho chàng thi sĩ nguồn cảm hứng,
Thả bút đề thơ dệt mộng lòng.

Xuân đến thăm anh lính tiền đồn,
Tay ghì thép súng giữ quê hương,
Hỏa châu soi sáng đêm trừ tịch,
Đón Xuân với ước mộng bình thường.

Ly rượu mừng Xuân vang khắp nơi,
Bài hát vui Xuân thật tuyệt vời,
Từ chốn làng quê lên thành thị,
Mừng Xuân pháo nổ khắp nơi nơi.

Nghi ngút hương trầm tỏa khắp nhà,
Mâm hoa ngũ quả cúng ông bà,
Bánh chưng dưa hấu ba ngày tết,
Tục lệ ngày Xuân chẳng xóa nhòa.

Xuân đến Xuân đi vẫn mãi Xuân
Bốn mùa tạo hóa đã định phần
Đón Xuân vui tết xin cầu chúc
Quanh năm vẫn mãi mãi là Xuân.

Nguyễn Ngọc Trân | **27**

Bạn cũ gặp nhau

Bao năm giờ mới gặp nhau,
Chân chim đuôi mắt mái đầu pha sương.
Xứ người chuyện cũ vấn vương,
Nhớ thày nhớ bạn nhớ trường thân yêu.

Những ngày hoa mộng xôn xao,
Bài thơ cùng mối tình đầu trao ai,
Nhớ thời chinh chiến miệt mài,
Đứa còn đứa mất nào ai đâu ngờ.

Nhớ ve sầu khóc tiễn đưa,
Nhớ hoa phượng thắm hè xưa năm nào,
Thời gian một thoáng qua mau,
Bọn mình giờ đã dãi dầu nắng mưa.

Nhìn nhau thoáng chút ngẩn ngơ,
Nét xưa tuổi ngọc bây giờ còn đâu,
Cùng nhau chia sớt nỗi sầu,
Tha hương xứ lạ đã bao lâu rồi.

Nhớ về quê mẹ ngậm ngùi,
Trường xưa bạn cũ một thời đã qua,
Mong ngày trở lại quê nhà,
Thăm trường cùng hát bài ca năm nào.

Bạn cũ trường xưa

Ta nhớ mãi thuở quần xanh áo trắng,
Bạn cùng ta ngày cắp sách đến trường,
Tuổi thơ ngây lòng chưa chút sầu vương,
Yêu đất nước qua từng trang sử cũ.

Rồi lớn lên trong quê hương binh lửa,
Đành chia tay mỗi đứa mỗi phương trời,
Bỏ sách đèn cùng tuổi mộng xanh tươi,
Theo tiếng gọi hiến thân cho tổ quốc.

Nơi sa trường cùng nhau xây mộng ước,
Dẹp thù chung xây dựng lại quê hương,
Nào ngờ đâu... Tan vỡ giấc mộng thường,
Trên đất lạ..mang nỗi buồn viễn xứ.

Giờ gặp lại kể nhau nghe chuyện cũ.
Ngậm ngùi cho những đứa bỏ cuộc chơi!
Vùi xác thân nơi góc suối..lưng đồi.
Đứa còn lại..tóc xanh giờ đã bạc.

Chiến y xưa tàn phai theo năm tháng.
Mộng tang bồng ngày trước đã dở dang.
Lòng trĩu buồn khi chợt thấy Xuân sang!
Nhìn hoa tuyết nhớ mai vàng năm cũ.

Đón giao thừa với bao nhiêu nỗi nhớ.
Nhớ trường xưa bạn cũ..với thày cô.
Thời gian qua nhanh..nào có ai ngờ..!
Bao kỷ niệm vẫn còn trong ta mãi...!!!!

Bận lòng chi nữa

Quê hương thì vẫn mãi xa vời
Ngoảnh lại đời mình quá 70,
Chuyện xưa giờ cũng là dĩ vãng
Bận lòng chi nữa lúc cuối đời!

Bận lòng chi nữa lúc cuối đời,
Trăm năm như một giấc mơ thôi,
Công hầu khanh tướng còn đâu nữa
Một phút xuôi tay hết một đời.

Biết làm sao
giờ chẳng biết làm sao?

Thương nhớ lắm người ơi thương nhớ lắm!
Biết làm sao giờ chẳng biết làm sao??
Mượn vần thơ cho đỡ vấn vương sầu
Gởi theo gió những lời tha thiết nhất.

Anh yêu em men tình say chất ngất
Lỡ cung đàn nhưng nhịp vẫn chưa tan.
Ước mong sao thơ vẫn mãi tuôn tràn
Cho thương nhớ gởi vào từng vần điệu.

Anh vẫn nhớ những ngày xưa yêu dấu
Ta quen nhau qua những mấy vần thơ!
Tri âm ơi anh nào có đâu ngờ
Tình đã dệt cuối đời vương sầu mộng!

Người yêu ơi biết mình không tròn mộng
Xin cùng nhau ta trọn tiếng tri âm.
Cho tình ta trong sáng như trăng rằm,
Cho mình được vẹn toàn câu tình nghĩa!

Bọn mình

Mười tám tuổi mày rời xa sách vở,
Vội lên đường theo tiếng gọi quê hương,
Khoác chiến y từ giã bạn cùng trường,
Vì đất nước lao mình vào sương gió.

Những lần phép mày về từ ngoài ngõ,
Đón mừng mày những thằng bạn học xưa,
Chuyện hành quân nghe mày kể say sưa,
Vững tay súng cho thêm mùa lúa chín.

Rồi quê hương chìm dần trong chinh chiến,
Mày ít về chốn cũ gặp lại nhau.
Vì quê hường rồi thằng trước thằng sau,
Cùng nối gót theo nhau mùa ly loạn.

Quê hương điêu linh bọn mình thỉnh thoảng,
Gặp tình cờ ta kể chuyện chiến trường.
Những bạn bè ngã gục những đau thương!
Cho đất mẹ xanh lên niềm hy vọng.

Những kỷ niệm thời hoa niên mơ mộng,
Những mối tình lãng mạng thửở học sinh,
Hỏi thăm nhau giờ được mấy cuộc tình?
Cùng cười ngất! Ai thèm yêu lính chiến!

Tao vẫn nhớ mối tình đầu tha thiết,
Vẫn yêu nhau dù chẳng được gần nhau!
Nàng sang ngang vào một sáng mưa ngâu.
Mang thương nhớ cùng nỗi buồn chất ngất!

Bọn chúng mình như cánh chim phiêu bạt,
Đường hành quân mòn hết gót giày "sô".
Từ rừng sâu cùng sông núi mịt mờ,
Nay Quảng Trị mai Kon tum An Lộc.

Những chàng trai vẫy vùng trong gió lộng,
Đem thân mình dâng hiến cho quê hương.
Nào ngờ đâu tan vỡ giấc mộng thường,
Ôm mối hận cho nửa đời còn lại.

Thằng chôn thây trong tù đày khổ ải!
Thằng lưu vong nhớ mãi chuyện ngày xưa!
Giờ gặp nhau mái tóc đã bạc phơ!
Chuyện cơm áo xứ người sao mặn đắng!

Đón Xuân sang lòng nghe sao xa vắng!
Chuyện hành quân thường thấy những đêm mơ,
Buồn mênh mang khi gió nhẹ vào thu!
Rồi đông đến ôm nỗi buồn viễn xứ!

Bọn chúng mình giờ còn dăm ba đứa...

Bọn vong quốc

"Nam Quốc sơn hà Nam đế cư". (1)
Bây giờ lũ cộng sản vong nô,
Cam tâm lệ thuộc vào tay giặc,
Quên lời người trước đã dặn dò.

Vâng lệnh quan thầy bọn Liên Xô
Nghe lời Trung cộng lũ Tàu phù,
Tiến chiếm miền Nam bằng mọi cách,
Xác thanh niên ngập lối cáo Hồ. (đường mòn HCM)

"Đánh cho Mỹ cút cho Ngụy nhào",
Là ta đánh hộ Nga và Tàu,
Lời tên Lê Duẩn còn trên giấy,
Xú danh cho mãi tận ngàn sau.

Để rồi ngày 17 tháng 2,
Tàu dạy cho Cộng nô một bài,
Xua quân đánh 6 tỉnh miền Bắc,
Dân ta cương quyết đánh lại ngay.

60 ngàn dân quân hy sinh!
Cho bọn Cộng nô được an lành
Ghi ơn tử sĩ bọn này đã
Phá bỏ tượng đài bia ghi danh.

Ba mươi lăm năm dân tưởng niệm
Bọn chúng nghe lời giặc Bắc phương
Xua lũ đảng viên ra múa rối.
Hát bài vong quốc vũ rầm trời.

Lại sai tên Quang lùn ra nói,
Chống ông Trung Quốc sẽ lôi thôi,
Ông giận ông bèn chơi cấm vận,
Là cả toàn dân sẽ khổ đời.

Không ngờ nó bị lòi cái đuôi,
Cái đuôi tùng phục lũ con trời,
Trên tượng vua Lý đang nhìn xuống,
Lũ người đang múa ngài ngậm ngùi!

Toàn dân Việt hỡi hãy đứng lên,
Bắt chước dân tộc nước Ukraine.
Vùng lên cởi bỏ bao xiềng xích,
Đập cho tan nát bọn bạo quyền.

(1) Thơ Lý Thường Kiệt

Bỗng dưng

Tự nhiên
ta thấy ta buồn!
Tự nhiên
ta thấy tâm hồn bâng khuâng,
Tự nhiên
nhớ chuyện không thành!
Để cho nỗi nhớ
vây quanh cuộc đời!

Bỗng dưng
ta lại gặp người,
Ngậm ngùi nhớ lại
một thời xa xưa,
Tại vì
ai quá hững hờ,
Hay vì
ta đã ngẩn ngơ ngại ngùng?

Để rồi
thương nhớ âm thầm!
Rồi làm thơ
tiễn má hồng sang ngang!
Người đi
ta mộng vỡ tan!
Lòng ta nguội lạnh
tro tàn từ đây!

Thời gian
nhanh quá nào hay?
Bỗng dưng
ta lại có ngày gặp nhau,
Bâng khuâng
kể chuyện ban đầu,
Trách nhau sao chẳng
cùng nhau hẹn hò,

Bây giờ
đã lỡ chuyến đò,
Người ơi
thôi nhé xin chờ kiếp sau???

Buồn!

Bạn với ta có một thời,
Súng gươm
ngang dọc khắp trời quê hương.
Đốt tuổi Xuân
giữa chiến trường,
Nhiều thằng
nằm xuống bạn cùng cỏ cây!
Bao năm
chiến đấu miệt mài,
Bỗng dưng
một phút buông tay bất ngờ.
Xứ người
năm tháng bơ vơ!
Tóc xanh
giờ đã bạc phơ mái đầu!
Thời gian một thoáng
qua mau!
Từng ngày
tin chiến hữu vào thiên thu!

Chia buồn
lòng chợt ưu tư!
Người đi
giấc mộng năm xưa tan rồi.
Quê hương
vẫn mãi xa vời.
Bạn, Ta còn lại
ngậm ngùi nỗi đau!
Xin gởi
đất mẹ lời chào.
Thân này biệt xứ
còn đâu mà chờ!

Cảm thu

Lá sắp thay màu Thu lại về,
Chiều tàn nắng nhạt buồn lê thê,
Miên man nỗi nhớ sầu xa xứ
Chất ngất trong ta những hẹn thề.

Đất mẹ còn mà sao mãi xa?
Hình bóng quê xưa chẳng nhạt nhoà,
Thu về lại thấy buồn hiu hắt,
Lời thề năm cũ chắc phôi pha?

Nâng nhẹ trên tay chiếc lá vàng,
Ta cùng nhân thế đón Thu sang,
Đời ta rồi cũng như cánh lá?
Hờ hững rơi theo giấc mộng tàn!

Cảm Xuân

Xuân đi Xuân đến đón mừng Xuân,
Tuổi già lại đến chợt thương thân!
Xứ mẹ Xuân về mai vàng nở,
Quê người đông đến tuyết trắng sân!

Lận đận bao Xuân về đất khách,
Lao đao từng đông đến khổ thân!
Vẫn muốn lạc quan trong cuộc sống,
Mà sao buồn mãi kiếp tha nhân!

Cảm Xuân 1

Cũng chẳng mai mà cũng chẳng đào!
Xuân về xứ lạ có vui đâu.
Tết đến quê người thêm quạnh quẽ,
Ngoài sân hoa tuyết trắng một màu!

Cũng chẳng pháo hồng đón Xuân sang!
Ngồi nhìn hoa tuyết nhớ mai vàng,
Không bánh chưng xanh dưa hấu đỏ,
Cho nên lòng cũng bớt rộn ràng.

Bao tết xứ người trôi lặng lẽ!
Đông trên đất lạ dài lê thê,
Lạ quá bao năm buồn viễn xứ.
Lòng còn vương vấn mãi lời thề.

Vẫn biết gởi thân nơi đất khách,
Trọn đời ta chẳng có mùa Xuân!
Nhưng khi Xuân đến trên quê mẹ,
Chợt nhớ Xuân xưa nhớ thật gần.

Chia tay

Nụ hôn còn ấm trên môi,
Mà sao người đã xa rồi mãi xa.
Ta giờ còn lại mình ta
Chiều phi trường bỗng nhạt nhòa mưa bay,

Mưa bay hay mắt ta cay!
Trông theo chỉ thấy tay ai vẫy chào.
Từ đây thôi nhé mất nhau,
Ta về buồn lại dâng sầu vào tim.

Cho nỗi nhớ
đong đầy trong nỗi nhớ

Em cô đơn hắt hiu trong thương nhớ
Anh bên này lòng cũng mãi bâng khuâng.
Kỷ niệm xa sao chợt thấy thật gần,
Ngày hai đưa sân trường cùng chung bước.

Tuổi học trò chưa kịp xây mộng ước,
Chưa một lần mình nói tiếng yêu nhau,
Vì ngượng ngùng nên lỡ mối duyên đầu!
Nên tiếc nuối còn hoài trong nuối tiếc!

Ngày anh đi là ngày ta ly biệt,
Yêu thương kia vẫn gởi mãi theo em,
Nơi xa xôi ôm trọn một nỗi niềm,
Lòng thầm nhủ sẽ có ngày tao ngộ.

Lời yêu em anh ngại ngùng thưở đó,
Sẽ ôm em và anh sẽ ngỏ lời,
Nhưng em ơi chỉ là giấc mơ thôi,
Sao kéo được thời gian trôi trở lại?

Nơi xứ người bóng em xa xa mãi,
Chuyện chúng mình thôi nhé cũng đành thôi,
Nhìn hoàng hôn nhuộm tím cuối chân trời.
Cho nỗi nhớ đong đầy trong nỗi nhớ.

Nguyễn Ngọc Trân | **47**

Chuyện cũ

Năm mười sáu tuổi em lấy chồng,
Anh vừa mười tám vẫn lông bông,
Ngày em hoa pháo vương đầy ngõ,
Anh viết bài thơ tiễn má hồng!

Anh viết bài thơ tiễn má hồng!
Từ nay thôi nhé hết chờ mong,
Đường xưa hai đứa cùng chung bước,
Giờ chỉ mình anh với lạnh lùng.

Giờ chỉ mình anh với lạnh lùng!
Bài thơ ngày trước viết chưa xong,
Anh đem nhốt hết vào nhung nhớ,
Cùng khối tình riêng tận đáy lòng.

Em mười tám tuổi em tay bồng,
Anh theo tiếng gọi giữ non sông,
Bút nghiên xếp lại vì quê mẹ
Vẫn nhớ trường xưa nhớ má hồng.

Những lần về phép thăm thành phố,
Tìm lại chốn xưa tuổi học trò,
Nhưng nào đâu thấy người năm cũ,
Phố vắng giờ sao thấy hững hờ.

Rồi tháng ngày qua đời lưu lạc,
Nửa đời xứ lạ gặp lại nhau,
Đời em... tình đã không tròn mộng,
Đời anh... hận nước vẫn tuôn trào.

Gặp nhau mình đã bạc mái đầu,
Kể nhau chuyện cũ tiếc cho nhau,
Ngày xưa yêu lắm mà không nói,
Để lỡ duyên nhau lỡ nhịp cầu.

Bài thơ ngày trước viết chưa xong.
Chuyện cũ còn vương vấn bên lòng.
Bây giờ thôi nhé còn chi nữa
Dang dở tình ta một chuyện lòng,

Chuyện năm cũ lại về trong ký ức

Đã lâu rồi không về thăm xóm cũ,
Đường hành quân cách trở mấy sơn khê.
Phiên gác đêm nghe tiếng súng vọng về,
Anh vẫn biết lòng em đang sầu nhớ.

Anh vẫn nhớ về người em gái nhỏ,
Ngày biệt ly nước mắt đã hoen mờ,
Tiễn anh đi nào biết đến bao giờ,
Chuyện chinh chiến mấy người đi trở lại.

Anh giờ đây lạnh lùng ngoài biên ải,
Nhớ trường xưa với tất cả yêu thương.
Từng đêm về trong giấc mộng bình thường,
Thấy hai đứa cùng vui sân trường cũ.

Tuổi học trò ôi nhớ sao là nhớ,
Lòng vô tư ngày cắp sách đến trường,
Cùng bạn bè cùng lớp học yêu thương.
Theo anh mãi trên đường đi giữ nước.

Đường hành quân cùng bạn bè tiến bước,
Chuyện chúng mình đành hẹn mãi người ơi!
Nên giờ đây mình đã quá nửa đời!
Người em gái bây giờ tìm đâu nữa?

Những chiều thu lá vàng rơi ngoài ngõ,
Lòng chợt buồn theo những cánh lá rơi!
Nhìn mưa thu hiu hắt cuối phương trời!
Chuyện năm cũ lại về trong ký ức.

Chuyện xưa

Ngày xưa ta chung lối,
Cùng cắp sách đến trường,
Tình như trang giấy mới,
Mộng ước thật bình thường.

Rồi thời gian qua mau,
Quê mẹ nhuốm thương đau.
Chiến tranh tràn khắp nẻo,
Ta đành từ biệt nhau.

Anh lên đường giữ nước,
Trọn nghĩa với quê hương,
Mang theo bao mộng ước,
Lời thề mãi vấn vương.

Những lần anh về phép,
Mình quấn quít bên nhau,
Ôn bao nhiêu kỷ niệm,
Xây đắp mộng ban đầu.

Đêm đen ngoài trận tuyến,
Nhìn ánh hỏa châu rơi,
Nghe lòng mình xao xuyến,
Nhớ em hồn chơi vơi.

Rồi thời gian qua mau,
Nhạt phai chuyện ban đầu,
Em quên mau chuyện cũ,
Theo chồng..buổi mưa ngâu.

Ngày pháo hoa ngập lối,
Em vui bước theo chồng,
Anh tuyến đầu thương nhớ,
Nghe xót xa trong lòng lòng!

Bây giờ đã nửa đời,
Thương nhớ vẫn chưa nguôi,
những lần thăm chốn cũ,
Em giờ đã xa rồi!

Con vẫn bé
vẫn trong vòng tay mẹ

Mãi chiến đấu nên không về thăm mẹ!
Vẫn nhớ hoài ngày mẹ tiễn con đi,
Thương thằng con mới lớn chẳng biết gì?
Đã vội vã lên đường đi giữ nước.

Lòng vô tư trong ngày mình cất bước,
Nào thấy đâu trong mắt mẹ lo âu!
Nhìn con đi ra mãi tận tuyến đầu,
Chuyện sinh tử làm sao mà biết được?

Xa gia đình con mang nhiều mong ước,
Chí tang bồng cho thỏa mộng làm trai,
Đường hành quân năm tháng vẫn miệt mài,
Nào đâu biết mẹ ngày đêm trông đợi.

Ngày quê hương được gom về một mối,
Mối hờn căm mối đau khổ ngút ngàn!
Thương con mình mang thân phận bại binh!
Thân tù tội mẹ lo đầu chớm bạc!

Mắt mẹ mờ chờ con bao năm tháng!
Ngày con về thân xác cũng hư hao!
Vuốt tóc con mẹ nhớ như thưở nào,
Con vẫn bé vẫn trong vòng tay mẹ.

Nguyễn Ngọc Trân | **55**

Cũng như màu lá thu phai

Cũng như
màu lá thu phai,
Chuyện xưa
thôi nhé
u hoài làm chi.
Dặn lòng
quên hết sầu bi,
Trăm năm
một cõi đi về hư không.

Dại khờ

Ngày xưa vì quá dại khờ
Yêu người chỉ biết làm thơ riêng mình.
Để rồi người dệt mộng xinh.
Theo chồng mang cả mối tình tôi đi!
Ngày em cất bước vu qui
Âm thầm tôi viết bài thơ tiễn người.

Để rồi xa cách nửa đời
Ngồi ôm kỷ niệm trách tôi dại khờ.
Bởi vì tôi quá ngây thơ
Yêu không dám ngỏ bây giờ còn thương!!!

Đã hết

Anh rồi biết cuộc tình mình sẽ hết,
Sao trong anh vẫn nặng một nỗi sầu!
Cho bây giờ và mãi mãi về sau,
Ôm thương nhớ nối dài theo thương nhớ!

Anh nhớ mãi nụ hôn đầu thuở đó,
Vẫn còn đây hơi ấm của làn môi,
Mà giờ đây ta xa cách nhau rồi
Hai đứa đã hai phương trời cách biệt!

Từng ngày qua vẫn nhớ em tha thiết
Nhớ sân trường hoa phượng tiễn người đi,
Mắt em buồn ngấn lệ ướt hoen mi
Rồi từ đó là xa nhau mãi mãi.

Nhìn mây trôi lạnh lùng ngoài biên ải
Cánh thư đi vẫn hẹn một ngày về,
Bao thu qua anh vẫn trấn sơn khê,
Mong đợi mãi hồi âm nhưng chẳng thấy!

Chiến cuộc tàn anh tìm em nào thấy?
Người đã đi xa mãi đến chốn nào?
Anh âm thầm cố nén nỗi thương đau!
Vì anh biết chuyện chúng mình đã hết!

Thời gian qua mà em nào có biết
Anh về đây tìm lại dấu xưa yêu,
Hàng phượng xưa giờ cũng đã tiêu điều
Sân trường cũ bóng người đâu chẳng thấy!

Nguyễn Ngọc Trân | **59**

Đa tạ!

Nhớ quê mẹ Hè về qua cánh phượng,
Nắng lung linh chiếu nhẹ qua sân trường,
Tiếng ve buồn như khúc nhạc bi thương,
Chào tiễn biệt thầy cô cùng bạn hữu.

Từ giã trường xưa lên đường chiến đấu,
Đã bao năm biền biệt chẳng về thăm,
Để giờ đây ngắm lại cánh phượng hồng,
Lòng thổn thức nhớ về ngôi trường cũ.

Hơn nửa đời nơi xứ người vẫn nhớ,
Ngày chia tay hoa phượng thắm trao ai,
Dặn dò người nhớ ép cánh hoa gầy,
Cùng nét chữ vụng về trong lưu bút.

Những tháng năm ta đi vì đất nước,
Bảo vệ quê nhà cùng mái trường xưa,
Nơi xa xôi chinh chiến đã bao mùa,
Vẫn nhớ mãi cánh phượng hồng năm cũ.

Thời gian trôi một ngày tàn binh lửa,
Ta đau buồn ôm hận tháng tư đen!
Nơi xứ người với cuộc sống bon chen,
Ta đã mất dấu người từ dạo ấy.

Để hôm nay tình cờ trên trang giấy,
Bài thơ người nhắc lại mùa hè xưa,
Bao yêu thương với khắc khoải đợi chờ,
Sao lại giống chuyện mình? Ôi lạ quá!

Chợt nhớ ra chẳng có gì khác lạ,
Người và ta cũng đã có một thời,
Người yêu lính đều cũng giống nhau thôi,
Đa tạ chân tình... người em gái.

Đất nước tôi

Quê hương muôn dặm sơn khê,
Ngày ngày tin đến não nề lòng ta!
Biển đất công lao ông cha,
Nam Quan Bản Giốc Trường Sa không còn!

Bão tố lụt lội tai ương!
Dân mình gánh chịu trăm đường lầm than!
Bọn cộng nô quá hung tàn,
Hèn với giặc ác với dân bao ngày.

Đất đai cưỡng chiếm thẳng tay,
Lại còn bắt bớ tù đầy dân oan!
Luân thường đạo đức suy tàn!
Con giết cha mẹ kinh hoàng thảm thương.

Bạn bè cùng một mái trường,
Đánh nhau tàn nhẫn như phường lưu manh.
Bốn mươi năm hết chiến tranh,
Mà sao vẫn mãi loanh quanh thụt lùi?

Chạnh lòng nhìn sang xứ người,
Hàn Phi Thái tiến gấp mười nước ta.
Thế mà cứ mãi ba hoa,
Ba ngàn tiến sĩ chẳng ra trò gì?

Chỉ toàn một lũ ngu si,
Tuyên bố lếu láo rằng đi đúng đường.
Đất nước tôi sao thật buồn,
Bao giờ mới hết cái phường lưu manh?

Toàn dân ơi hãy đứng lên.
Dẹp bọn bán nước kẻo không thành Tàu.

Đâu phải chỉ riêng em

Đâu phải chỉ mình em trong trống vắng,
Anh nơi này cũng mặn đắng bờ môi!
Đêm từng đêm vẫn nhớ một bóng người,
Dù hai đứa hai phương trời cách biệt.

Thơ em viết với nỗi niềm tha thiết,
Những con đường hai đứa vẫn đi qua,
Kỷ niệm xưa anh không thể xóa nhòa,
Hoa phượng thắm sân trường xưa thuở ấy.

Dòng đời trôi đưa ta xa nhau mãi
Nơi xứ người nhiều đêm lạnh buồn tênh.
Ngắm trăng khuya hiu hắt treo trên cành,
Cây khô héo trong mùa đông lạnh lẽo.

Nhìn mây trôi về đâu xa vạn nẻo,
Vần thơ buồn gieo lạc vận còn đây.
Gởi cho ai những nhung nhớ đong đầy,
Đâu phải chỉ riêng em trong trống vắng!

Đêm buồn

Một mình lặng lẽ ngắm sao đêm,
Sương khuya thấm lạnh ướt vai mềm,
Mong được bên nhau tình trọn vẹn,
Nào hay người đã vội qua thềm!

Ngồi đây ôm mối sầu thiên cổ,
Người đã xa rồi nỗi nhớ thêm!
Đêm nay sao thấy lòng cô quạnh,
Lệ lại tuôn tràn trên gối êm!

Đêm mơ ta thấy về quê cũ

Đêm mơ ta thấy về quê cũ,
Trở lại trường xưa lúc tuổi thơ,
Sánh vai bạn cũ cùng đi học,
Ôi nhớ làm sao tuổi học trò.

Đêm mơ ta thấy về quê cũ,
Thăm cánh đồng xanh lúa trổ bông.
Chân bước trên đê thơm hương lúa.
Tiếng sáo diều vi vút trên không.

Đêm mơ ta thấy về quê cũ.
Ngồi dưới hàng cây góc vườn xưa,
Nhìn quanh cây trái xum xuê quá,
Lòng bỗng vui khi thấy được mùa.

Đêm mơ ta thấy về quê cũ,
Tan học cùng ai sánh bước về,
Những chiều hò hẹn công viên cũ,
E ấp hôn lên mái tóc thề.

Đêm mơ ta thấy về quê cũ,
Nơi hành quân của chốn biên khu,
Ghìm súng nhìn hỏa châu thắp sáng,
Lòng luôn giữ vững mãi lời thề.

Đêm mơ ta thấy về quê cũ,
Tìm bạn bè xưa đứa mỗi nơi,
Cạn chén cùng nhau buồn số phận,
Ngậm ngùi thương đứa bỏ cuộc chơi!

Đêm mơ ta thấy về quê cũ,
Thăm lại người xưa biết tìm đâu.
Lối cũ còn vương bao kỷ niệm.
Mà em phiêu bạt mãi phương nào?

Đêm mừng sinh nhật Chúa!

Đêm mừng sinh nhật Chúa,
Ngoài trời hoa tuyết bay.
Trong lòng con thổn thức,
Lệ tràn Chúa có hay!!!

Đã bao mùa đông qua,
Con vẫn mãi xa nhà,
Đêm mừng sinh nhật Chúa,
Nhớ quê lòng xót xa!

Nơi quê hương xa đó,
Con có những mẹ già.
Đêm mừng sinh nhật Chúa,
Bươi đống rác tìm quà.

Nơi quê hương xa đó,
Con có những em thơ,
Đêm mừng sinh nhật Chúa,
Lang thang kiếp không nhà!

Nơi quê hương xa đó,
Bạn bè con phế binh,
Đêm mừng sinh nhật Chúa
Buồn thương số phận mình!

Nơi quê hương xa đó,
Con có những người nghèo.
Đêm mừng sinh nhật Chúa,
Khóc số phận hẩm hiu.

Nơi quê hương xa đó,
Toàn dân con kêu gào!
Đang căm hờn lũ giặc,
Dâng đất biển cho Tầu!

Đêm mừng sinh nhật Chúa.
Con chắp tay nguyện cầu,
(Dù con người ngoại đạo),
Xin Chúa ban phép màu!

Xin Chúa ban phép màu.
Cho thôi hết lầm than,
Cho toàn dân đứng dậy,
Quét sạch bọn hung tàn!

Đêm thức giấc

Đêm thức giấc ngắm nửa vầng trăng khuyết,
Anh nhớ em tha thiết nhớ về em.
Bao ngày qua vương vấn mãi trong lòng!
Một hình bóng vẫn hoài trong tâm trí.

Có nhiều lần dặn lòng thôi đừng nghĩ,
Càng cố quên nỗi nhớ càng in sâu.
Tơ lòng ơi quấn quít chi thêm sầu!
Để nỗi nhớ như trăng đầy lại khuyết.

Gặp nhau chi chuyện mình không đoạn kết,
Mình yêu nhau mà chẳng thuộc về nhau!
Để đêm đêm trong giấc ngủ chiêm bao,
Anh ước muốn đôi mình cùng chung bước.

Anh ước mơ xây nhịp cầu ô thước,
Tỉnh giấc nồng anh lại viết thành thơ.
Gởi người yêu bao nỗi nhớ mong chờ,
Anh nhớ lắm người ơi người có biết?????

Tranh Đinh Trường Chinh

Đêm trong tù

Ta bây giờ đã tận cùng bằng số!
Còn gì đâu ngoài thân xác hao gầy!
Bao nhiêu năm sống trong cảnh đọa đầy,
Nơi tù ngục ngày dài hơn thế kỷ!

Ngày lại ngày ta nhìn bọn cộng phỉ,
Máu hờn căm sôi sục trái tim ta.
Những đêm buồn nằm nhớ đến quê nhà,
Nghĩ cha mẹ vợ hiền đang lo lắng!

Bao lính chiến súng buông trong uất hận!
Nhìn anh em tức tưởi một niềm đau.
Miền Nam ơi đau đớn vẫy tay chào!
Từ biệt nhé tự do và hạnh phúc.

Đêm từng đêm giữa rừng sâu thao thức,
Thương dân lành rồi sẽ chịu lầm than!
Đất nước mình lâm vào cảnh điêu tàn!
Bởi chủ nghĩa vô nhân và tàn ác.

Ta nằm đây với bao niềm cay đắng!
Nhìn kẻ thù bất chiến tự nhiên thành,
Nhớ anh em nằm xuống tóc còn xanh!
Giữ quê mẹ đã không tròn mơ ước.

Đêm trăn trở với lời thề giữ nước!
Đã không thành nên thẹn với non sông!
Bao nhiêu năm anh dũng giữa chiến trường.
Gặp thời thế thế thời đành phải thế!

Đêm từng đêm nơi rừng sâu quạnh quẽ!
Cùng bạn bè chiến hữu dựa vào nhau,
Tổ quốc ơi! tôi xin một lần chào.
Xin tạ lỗi đã không tròn lời hứa!

Đời người!

Nhìn đám mây suy nghĩ cuộc đời,
Trăm năm như giấc mộng mà thôi!
Hợp tan tan hợp trong chớp mắt,
Như đám mây tan biến cuối trời.

Nhìn lại đời ta chẳng có gì!
Chỉ toàn tham ái với sầu bi.
Ước mơ mơ ước đành dang dở,
Được thua thua được mãi sân si.

Cũng có ngày xong một kiếp người!
Nghiệp duyên buông bỏ chốn buồn vui,
Xuôi tay nhắm mắt nào hay biết,
Trả về cõi tạm sắc không thôi.

Đón Giao thừa

Tờ lịch cuối năm vừa gỡ xuống,
Bâng khuâng ta lại đón giao thừa,
Bốn bề hiu quạnh đêm trừ tịch.
Trông về quê mẹ nhớ Xuân xưa!!!!

Đêm lạnh mùa đông trên xứ lạ,
Lạnh lùng hương khói cúng ông bà.
Giao thừa chẳng thấy vang tiếng pháo,
Bao mùa Xuân đến vẫn xa nhà.

Ly rượu mừng Xuân uống nhạt môi!
Đón Xuân ngồi nhớ lại một thời,
Ấp ủ trong tim bao kỷ niệm,
Theo mãi trong ta suốt cuộc đời.

Đón thu về

Em về đẹp tựa nắng thu
Để anh gom lá làm thơ đợi người.

Chiều thu gió nhẹ lưng trời
Chờ em mây cũng chơi vơi bồng bềnh.

Lá vàng luân vũ ngoài sân
Mừng em gót nhẹ bên thềm đón thu!

Đón Thu!

Lá vàng rơi nhẹ gió mơn man,
Hiu hắt ngoài sân giọt nắng vàng
Ngơ ngác rừng phong cây trụi lá
Bâng khuâng ta lại đón thu sang.

Hờ hững làn mây xám nhẹ trôi,
Mặt hồ phẳng lặng in mây trời.
Đàn chim tung cánh bay xa tắp,
Tìm tránh mùa đông sắp đến nơi.

Thu về nhè nhẹ trên bờ vai,
Hôn trên mái tóc em buông dài.
Gió khẽ mơn man đôi tà áo,
Mắt buồn em ngắm lá thu phai.

Xin gởi nàng thu mấy vần thơ,
Nơi đây ta vẫn mãi mong chờ.
Mỗi lần thu đến mang sầu tới,
Đón thu chợt nhớ những thu xưa.

Đón Xuân

Đã hơn nửa đời thân biệt xứ
Xuân về xứ lạ có gì vui!
Chỉ thấy quanh ta đầy tuyết trắng,
Mùa đông băng giá ngập hồn tôi!

Quạnh quẽ không gian toàn mây xám
Mùa đông chẳng cánh én bay về
Nơi đây xứ lạnh nên buồn lắm
Nhớ tết lòng ta buồn tái tê!

Không Mai Đào nở mừng Xuân mới
Ngậm ngùi nhang khói nhớ tổ tiên
Quê hương thì cách xa ngàn dặm
Bao mùa Xuân vẫn mãi ưu phiền.

Nhớ những bạn bè thời thơ ấu.
Trường cũ rừng xưa cùng có nhau,
Đón Xuân trên tuyến đầu ngăn giặc.
Bây giờ các bạn ở nơi đâu?

Ngồi nhìn con cháu vui mừng tết
Hân hoan trên nét mặt thiên thần
Một chút vui Xuân trên đất khách
Quây quần chỉ được mấy người thân

Ừ thôi Xuân đến Xuân cứ đến,
Người vui Xuân mới cứ việc vui.
Có ai ngăn được Xuân không đến?
Riêng ta Xuân đã chết lâu rồi!

Nguyễn Ngọc Trân | **79**

Đừng buồn

Thôi nhé người ơi chớ có buồn!
Ngăn cho giòng lệ chớ sầu tuôn,
Dĩ vãng hãy cho vào quên lãng.
Đừng bận tâm ta hãy cứ buông.

Ngày tháng vơi đi những giọt sầu,
Sẽ không còn những giọt mưa ngâu,
Ngày mai nắng ấm tràn muôn lối,
Biển sẽ xanh màu lấp biển dâu.

Rồi sẽ cùng nhau sẽ đón đưa,
Yêu thương nhau biết mấy cho vừa.
Cung đàn nối lại giây tơ cũ,
Hòa nhịp cùng nhau nốt vần thơ.

Tranh Đinh Trường Chinh

Gặp bạn học

Bảy năm trời cùng chung nhau lớp học,
Tuổi hoa niên cho đên vị thành niên,
Mỗi ngày qua cùng với các bạn hiền,
Chuyện đèn sách vui đùa lòng trong sáng.

Thời gian trôi qua dần theo năm tháng,
Tuổi thanh niên đã đến thật bất ngờ,
Nối chí tiền nhân giữ nước dựng cờ,
Cùng các bạn lên đường ra chiến tuyến.

Xếp bút nghiên lao mình vào cuộc chiến,
Nợ non sông nhiều đứa đã trả xong!
Bỏ bao thương yêu giữa tuổi Xuân hồng
Vì đất nước đâu cần chi báo đáp.

Tháng Tư đen ngày buồn đành buông súng!
Đứa tù đày đứa vượt sóng bạc đầu
Tìm tự do nên chẳng ngại gian lao
Đành gạt lệ xa quê hương từ đó!

Nơi xứ người vẫn luôn luôn mong nhớ,
Những bạn bè thân mến cùng thầy cô,
Tuổi học sinh nhớ mãi đến bây giờ,
Ngày họp bạn tóc xanh giờ đã bạc!

Nợ áo cơm xứ người quên ngày tháng,
Gặp lại nhau lác đác vài ba tên!
Tuổi càng cao càng nặng nỗi ưu phiền.
Mong quê mẹ có một ngày đoàn tụ.

Gia Long trong tôi

Gia Long ơi tên trường xưa đã mất!
Bao năm qua trường đã mất tên rồi!
Nhưng trong ta vẫn nhớ mãi một thời,
Cổng trường đó ta chờ em tan học.

Rồi hè đến ve sầu kêu não nuột!
Ta lên đường vui nếp sống chinh nhân,
Hình bóng em theo nhịp bước quân hành,
Vẫn nhớ mãi Gia Long mùa phượng đỏ.

Bận hành quân qua bao mùa phượng nở,
Không về thăm nên người cũ cũng xa,
Sân trường xưa một chiều nắng nhạt nhoà.
Cũng đã vắng bóng em từ dạo ấy!

Chiến tranh tàn ta mang thân chiến bại!
Nơi xứ người vẫn nhớ bóng hình xưa,
Gia Long ơi nhớ em mấy cho vừa,
Màu phượng thắm sân trường xưa thuở đó.

Tranh Đinh Trường Chinh

Gia tài người lính chiến

Đời lính chiến cơm cá khô làm chuẩn,
Nếu hành quân thịt hộp gạo sấy khô,
Trong bi đông ta đựng nước sông, hồ,
Đêm ứng chiến dùng ba lô làm gối.

Tấm poncho qua sông làm phao nổi,
Hoặc che mưa gói bọc kẻ hy sinh!
Hai thẻ bài quân số đeo bên mình,
Nếu nằm xuống thân nhân còn nhận biết!

Súng trên tay sẵn sàng khi cần thiết,
Bảo vệ dân và giết bọn giặc thù,
Chiếc nón sắt áo giáp với giầy shaut,
Tấm bản đồ của người mang trọng trách.

Đêm di hành xuyên rừng đầy muỗi vắt,
Lội sình lầy gian khổ chẳng hề than,
Chỉ mong sao quê mẹ bớt điêu tàn,
Gia tài lính thật đơn sơ giản dị.

Những người lính sống chung trong đơn vị,
Thương yêu nhau tình huynh đệ chi binh,
Sống với nhau thật có nghĩa có tình.
Rất đau đớn khi sinh ly tử biệt!

Ta là lính nên biết thương đời lính,
Tuy có già đời lính mãi trong ta,
Cho dù bao năm tháng có phôi pha,
Lính còn đó và không bao giờ chết.*

* Old soldiers never die... (Mac Athur's)

Giáng sinh trong nỗi nhớ

Ta lại đón Giáng sinh trong nỗi nhớ,
Nhớ thật nhiều quê mẹ Giáng sinh xưa.
Lễ nửa đêm vui biết mấy cho vừa,
Mình nhẹ bước bên nhau đêm lễ hội.

Ngước mắt nhìn trời sao em khẽ nói,
Ước mong mình mãi mãi được bên nhau.
Nên từng đêm em vẫn mãi nguyện cầu,
Giáng sinh tới bình yên cho sông núi.

Về thăm em anh lại đi rất vội,
Đời chinh nhân vui chẳng được bao lâu!
Lặng nhìn em với ánh mắt u sầu!
Thương biết mấy em tôi trong ly loạn!

Đời lính chiến ngược xuôi theo quân lệnh,
Giáng sinh về vẫn nhớ Giáng sinh xưa,
Nhìn hỏa châu thương biết mấy cho vừa,
Ôm thép súng nguyện cầu cho đất nước.

Để bây giờ nổi trôi theo vận nước!
Không gặp nhau giờ đã quá nửa đời!
Giáng sinh về buồn vẫn mãi trong tôi!
Nơi xứ lạ tuyết vẫn rơi lặng lẽ!

Đêm Giáng sinh mừng chúa nơi trần thế,
Một mình buồn nhớ mãi thuở xa xưa.
Người nơi đâu có nhớ kỷ niệm xưa?
Những ước nguyện đêm Giáng sinh năm cũ?

Nguyễn Ngọc Trân | **89**

Gởi cho anh

Gởi cho anh chút Sài Gòn nắng ấm,
Những vỉa hè góc phố nhỏ ngày xưa,
Những xôn xao giờ tan học buổi trưa,
Để được ngắm áo dài bay trong gió.

Saigon đó trong anh bao nỗi nhớ!
Chiều công viên e ấp hẹn hò nhau,
Tuổi thơ ngây ôm ấp mộng ban đầu,
Bây giờ đã qua đi như giấc mộng.

Gởi cho anh những buổi chiều gió lộng,
Bến đò xưa mình vẫn đón đưa nhau,
Trường Trưng Vương hàng phượng thắm khoe màu,
Gia Long nhớ tiếng ve kêu hè cũ.

Lê văn Duyệt những chiều thu nhung nhớ,
Dìu bước nhau dưới hàng lá me bay,
Marie Curie nhớ dáng ai gầy,
Anh thầm ước ta bên nhau mãi mãi.

Anh giờ đây nhớ về phương trời ấy,
Sài Gòn xưa vẫn còn có đôi ta,
Dù bây giờ năm tháng đã trôi qua.
Anh vẫn nhớ Sài Gòn ngày tháng cũ.

Gởi người

Anh vẫn biết nhiều đêm ôm gối lẻ
Em cô đơn nơi quê mẹ ngóng chờ.
Từng đêm buồn thương nhớ bóng người xưa,
Người đi mãi không một lời hẹn ước!

Em nào biết anh nổi trôi vận nước
Nên từng ngày em vẫn ngóng tin anh
Như chim non cô độc đậu trên cành,
Chịu mưa gió bão bùng trong đơn lẻ.

Em yêu ơi! Nửa đời qua lặng lẽ!
Tóc xanh xưa giờ cũng đã bạc màu,
Nhớ về em lòng vẫn nhói niềm đau
Mơ ước lắm một ngày anh trở lại.

Trời sang Xuân mà lòng anh tê tái!
Xa quê nhà nay đã mấy mùa Xuân,
Nhớ quê hương với ước mộng không thành
Nhìn tuyết trắng xứ người sao quạnh quẽ!

Nơi xa xôi thôi đừng buồn em nhé,
Vần thơ này xin tạ lỗi em yêu!
Nhớ về em anh vẫn nhớ thật nhiều,
Và mong ước một mùa Xuân tái ngộ.

Gởi những người cộng sản

Tôi và anh không có gì khác biệt,
Cùng da vàng máu đỏ chảy trong tim,
Cùng sống chung trên đất nước Việt Nam,
Cùng ngôn ngữ và cùng chung Tổ quốc.

Lịch sử cha ông ngàn năm dựng nước,
Bao nhiêu lần chiến thắng giặc xâm lăng,
Nhưng tiếc thay bị chia cách giang san,
Bởi cộng sản lũ vô thần khủng bố!

Tôi còn nhớ năm 54 thuở đó,
Bao gia đình bồng bế chạy vào Nam,
Để tránh xa bọn cộng sản gian tham,
Hưởng không khí tự do miền nắng ấm.

Khi miền Bắc đắm chìm trong khổ nạn,
Không tự do bởi học thuyết tam vô,
Bỏ tổ tiên đi thờ bọn Trung-Xô,
Xem Stalin còn hơn là cha mẹ.

Bị tuyên truyền anh đã theo lũ quỷ,
Vượt Trường Sơn đi giết hại đồng bào,
Miền Nam yên vui phút chốc nghẹn ngào!
Nhà cửa tan hoang ruộng vườn tan nát.

Bảo vệ quê hương chúng tôi cất bước,
Bỏ sách đèn cùng tuổi mộng xanh tươi,
Không hận thù chỉ biết cứu giống nòi,
Thoát khỏi bọn cộng nô đang bán nước.

Đảng các anh theo Liên Xô Trung Quốc,
Mang trong người một chủ nghĩa ngoại lai,
Gây tang thương trong cuộc chiến tranh dài,
Đem khẩu hiệu tuyên truyền là giải phóng.

Thật nực cười nơi các anh giải phóng,
Bao dân làng bỏ của chạy lấy người,
Bồng bế nhau họ chạy đến chúng tôi,
Vì họ biết miền Nam là nhân bản.

Tàn cuộc chiến các anh là kẻ thắng,
Vì bàn cờ thế giới chúng tôi thua!
Nhưng chiến tranh kết thúc đến bây giờ,
Các anh lại bị thua trong chiến thắng.

Năm 91 dân Đông Âu toàn thắng,
Cùng dân Nga phá xiềng xích cộng nô,
Đảng các anh đã không thể nào ngờ,
Bao xương máu thanh niên thành vô ích.

Quê hương ta lũ cầm quyền đáng chết,
Toa rập nhau dâng biển đảo cho Tàu
Hiệp ước Thành Đô chúng ký đã lâu,
Vài năm nữa Việt Nam mình sẽ mất!

Hơn 40 năm Việt Nam đang tan nát,
Sống không còn đạo đức với tình thương,
Tranh dành nhau chém giết chẳng tiếc thương,
Dân nghèo gánh bao nhiêu là oan trái.

Các anh hãy công minh mà nhìn lại,
Cùng chúng tôi đứng dậy dẹp hung tàn,
Mang tự do tươi đẹp đến giang sơn,
Cứu đất nước thoát khỏi tay Tàu cộng!

Nguyễn Ngọc Trân | **95**

Hè ơi! Nhớ lắm!

Hè ơi! Nhớ lắm mùa hoa phượng,
Nhớ mắt ai buồn lệ rưng rưng,
Nhớ tiếng ve sầu ca tiễn biệt,
Ba tháng chia xa bạn cùng trường.

Hè ơi! Nhớ lắm con đường cũ,
Nhớ những công viên buổi hẹn hò,
Dáng em áo trắng thơ ngây quá,
E ấp tình yêu tuổi dại khờ.

Hè ơi! Nhớ lắm ngày thôi học,
Bút nghiên xếp lại để lên đường.
Lính trẻ vẫn thương mùi sách vở,
Như thương đồng lúa chín quê hương.

Hè ơi! Nhớ lắm ngày ra trận,
Nhớ rừng nhớ núi nơi đóng quân,
Nhớ những đêm đen nhìn hỏa pháo,
Mơ ngày quê mẹ được thanh bình.

Hè ơi! Nhớ những ngày An Lộc,
Giải tỏa Bình Long quét sạch thù.
Cờ trên Đồi gió bay ngạo nghễ,
Chiến hữu cùng ta quyết giữ cờ.

Hè ơi! thôi đã tàn mơ ước!
Một ngày ta đã khóc quê hương,
Nửa đời còn lại thân biệt xứ,
Nhớ những thân yêu, nhớ mái trường.

Nguyễn Ngọc Trân | **97**

Hè về chợt nhớ phượng hồng

Sáng nay đọc lại giòng lưu bút,
Chợt nhớ hè xưa nhớ phượng hồng,
Nhớ ngày hai đứa cùng chung bước,
Mình đã thương nhưng chỉ tình thầm.

Nét bút nghiêng nghiêng tuổi học trò.
Giòng lưu niệm viết thật ngây thơ,
Kèm theo bên dưới tên người ấy,
Cánh phượng hồng khô thấy hững hờ.

Nhớ ngày cất bước vào sương gió,
Bỏ lại thương yêu với mái trường,
Hành trang là biết bao nỗi nhớ,
Hình bóng người xưa với phượng hồng.

Rồi bao hè đến càng xa nữa!
Chưa một lần về thăm trường xưa,
Nhưng vẫn không quên thời áo trắng.
Phượng hồng ơi! Thương mấy cho vừa!

Vẫn mãi mê trên đường hành quân,
Thư đi thư đến đã bao lần,
Tình câm nên vẫn chưa dám nói,
Ngại ngùng vì lính quá gian truân.

Rồi có một hôm nơi tuyến đầu,
Được tin người đã bước qua cầu,
Pháo hoa ngập lối con đường cũ,
Mừng em lòng chợt thoáng mưa ngâu!

Ngày tháng qua đi đời lưu lạc,
Hè về lòng chợt nhớ mông lung,
Nhớ cánh phượng hồng cài mái tóc,
Vẫn nhớ trường xưa nhớ má hồng.

Nguyễn Ngọc Trân |

Khép lại

Những hẹn hò từ nay thôi em nhé,
Còn gì đâu chuyện cũ đã qua rồi!
Nhớ thương xưa thôi nhé cũng đành thôi!
Những vương vấn sao còn vương vấn mãi!

Đã bước đi xin người đừng trở lại,
Chỉ buồn thêm chỉ ray rứt buồn thêm!
Như chiều về sợi nắng nhẹ vương thềm,
Mang nỗi nhớ chất chồng thêm nỗi nhớ!

Người xa ta vẫn còn vương hơi thở,
Những nồng nàn một thuở chạm môi nhau,
Những thiết tha như một mối duyên đầu
Vẫn còn mãi vẫn còn trong ta mãi?

Người bước đi chuyện mình còn ở lại,
Cho ngàn sau nhớ mãi bóng hình xưa,
Cho đêm buồn ngồi dệt mấy vần thơ,
Và nỗi nhớ khát khao từng nỗi nhớ.

Khóc bạn

Mới ngày nào còn vui mừng họp mặt,
Kể chuyện xưa nhớ lúc dưới sân trường,
Rồi cùng nhau bỏ lại những thân thương,
Rời trường cũ lên đường đi chiến đấu.

Vững tay súng giữ quê hương yêu dấu,
Thằng mỗi phương nên chẳng gặp được nhau,
Tháng Tư đen cùng mang nỗi hận sầu,
Nơi xứ lạ gặp nhau đầu đã bạc!

Vì cuộc sống nên bọn mình xa cách!
Chỉ lâu lâu mới họp mặt cùng nhau.
Lúc chia tay chỉ biết chúc vài câu,
Ráng cố gắng cùng giữ gìn sức khỏe.

Vẫn hỏi thăm nghe tin mày vẫn khỏe,
Nào ngờ đâu mày sớm bỏ trần gian,
Thơ phân ưu vội viết xuống đôi hàng,
Xin cầu nguyện linh hồn về cõi phúc.

Khóc tháng Tư đen

Ôm mặt khóc tháng Tư đen ngày cuối!
Lệnh đầu hàng như nhát chém ngang lưng,
Bao năm qua anh dũng giữa chiến trường,
Bỗng phút chốc tan hàng trong tức tưởi.

Như mãnh hổ giữa một bầy lang sói,
Từ khắp nơi uất hận ngút trời xanh,
Các anh hùng tuẫn tiết chết theo thành,
Đang chiến thắng bỗng dưng thành chiến bại.

Nhìn áo chiến ngổn ngang lòng tê tái,
Bạn bè cùng chiến hữu một niềm đau,
Nắm tay nhau mà mắt lệ dâng trào,
Đất nước đã vào tay quân giặc đỏ.

Thương dân mình sẽ chịu nhiều đau khổ,
Dưới gông cùm của chủ nghĩa ngoại lai,
Ta thét vang lên hận tháng Tư này,
Bao chiến đấu giờ đây thành vô nghĩa.

Nơi xứ người nhớ thương về quê mẹ,
Tháng Tư buồn lại vây kín hồn ta,
Bao năm qua chuyện cũ vẫn chưa nhòa,
Vẫn nhớ mãi quê hương ngày đen tối.

Không trách đâu

Em yêu ơi làm sao anh dám trách,
Vì người làm ngăn cách chính là anh,
Ngày anh đi theo nếp sống chinh nhân,
Là anh biết em mang nhiều thương nhớ.

Những chiều buồn một mình trên hè phố,
Em làm sao san sẻ được cùng ai!
Nhớ thương anh em vương vấn u hoài
Em như thế làm sao anh dám trách.

Chiến cuộc tàn anh tha phương đất khách
Vẫn nhớ hoài ngày tháng mình bên nhau,
Dù bây giờ cho đến mãi về sau,
Anh chỉ trách anh là người lỗi hẹn.

Anh nào biết ngày đi là vĩnh biệt,
Hai phương trời ngăn cách một đại dương,
Em từng đêm với mắt lệ sầu vương
Vẫn nhớ mãi một người xa biền biệt.

Anh vẫn yêu vẫn yêu em tha thiết,
Dù biết rằng mình mãi mãi xa nhau!
Người yêu ơi xin giữ phút ban đầu.
Cho hai đứa cùng chia nhau nỗi nhớ.

Không tựa

Đã bao nhiêu năm qua
Càng ngày càng cách xa!
Tuổi thơ đâu còn nữa,
Đời mình cũng chóng qua!

Ta cứ loay hoay mãi.
Thời gian vẫn trôi hoài
Trong ta bao nỗi nhớ,
Từng đêm vẫn đong đầy.

Nhìn lại mình còn gì
Đời toàn những u mê,
Đường xưa đà quên lối,
Tiếng vọng mãi gọi về.

Quê hương giờ xa lạ,
Hơn nửa đời phôi pha!
Những thân quen ngày đó,
Giờ cũng đã nhạt nhòa.

Dòng đời trôi trôi mãi,
Ta vẫn còn ngồi đây,
Nhìn cuộc đời trước mặt,
Nổi trôi bao tháng ngày.

Trăm năm rồi một ngày,
Nhắm mắt và buông tay!
Tất cả đều vô nghĩa,
Vô thường đến từ đây!

Khung cửa Trưng Vương

Đã bao mùa thu qua khung cửa sổ
Trường Trưng Vương vẫn có đó trong tim,
Những nữ sinh tà áo trắng nhẹ mềm,
Theo ta mãi như..... ngày xưa Hoàng Thị.

Chiến tranh đến ta rời xa phố thị
Xếp bút nghiên vội cất bước lên đường.
Bước đăng trình đành bỏ lại sau lưng,
Những thương nhớ với mối tình câm nín.

Lính gian khổ nên chẳng ai thương lính.
Lần về thăm xa lạ bước chinh nhân
Gặp lại nhau mà ngỡ chẳng hề quen
Nhưng người hỡi trong ta luôn vẫn nhớ.

Đường hành quân ta nay đây mai đó,
Trường Trưng Vương ta vẫn nhớ người xưa,
Đêm tiền đồn lấp lánh ánh sao thưa,
Ôm thép súng mơ về phương trời cũ....

Tàn cuộc chiến với bao nhiêu cách trở!
Đã bao lần ta tìm lại dấu xưa,
Trường còn đây dấu cũ đã phai mờ
Ta lặng đứng bâng khuâng rồi thương nhớ.

Trưng Vương ơi đã bao mùa phượng nở,
Ta về đây người lạc mất nơi đâu?
Khung cửa mùa thu chắc đã phai màu,
Nhưng vẫn mãi trong ta màu kỷ niệm.

Kiếp phù sinh!

Ngồi buồn ta ngẫm lại cuộc đời,
Trần gian nào có được gì vui.
Trăm năm cõi tạm bao lần khóc,
Một kiếp phù sinh mấy bận cười?

Một kiếp phù sinh mấy bận cười,
Thời gian như nước mãi dần trôi,
Ngồi nhìn thế sự càng thêm chán,
Ráng sống cho qua một kiếp người.

Trong cõi trần gian một kiếp người,
Tranh danh đoạt lợi mãi không thôi,
Xuôi tay danh lợi đâu còn nữa,
Nhắm mắt lại về cát bụi thôi!

Tranh Đinh Trường Chinh

Kỷ niệm

Sáng hôm nay nhìn mưa rơi ngoài ngõ,
Lòng chợt buồn nhớ lại tháng năm xưa!
Thời gian ơi! nhanh quá có ai ngờ!
Kỷ niệm vẫn còn đây bao nỗi nhớ.

Tuổi học trò vui cùng trang sách vở,
Hồn trắng trong như giấy trắng trinh nguyên,
Rồi lớn lên nối gót bước chinh nhân,
Xa trường cũ với người em gái nhỏ.

Đời lính trận sống hiểm nguy gian khổ!
Nên ngại ngùng không dám nói yêu em!
Ngày chia tay em lệ ướt vai mềm!
Từ dạo ấy ta xa nhau mãi mãi.

Anh từng ngày đóng quân ngoài biên ải,
Những chiều buồn lặng ngắm áng mây trôi,
Nhớ về em xa mãi tận cuối trời,
Gởi nỗi nhớ theo mây về phố cũ.

Những lần phép về qua thăm phố nhỏ,
Anh âm thầm không dám đến tìm em,
Sợ luyến lưu lòng anh sẽ yếu mềm?
Nên dõi bóng hình em trong câm nín.

Tàn cuộc chiến mất nhau trong ly biệt!
Đến bây giờ vẫn nhớ mãi về em,
Bao thu qua nhìn lá rụng bên thềm,
Mà sao vẫn trong anh một hình bóng.

Có những đêm chợt về trong giấc mộng,
Thấy gặp nhau trên lối cũ trường xưa,
Kể nhau nghe bao nỗi nhớ mong chờ!
Chợt tỉnh giấc với bao nhiêu luyến tiếc!

Nguyễn Ngọc Trân | 111

Lá cờ tổ quốc

Ấp ủ trên vai lá quốc kỳ,
Đàn con hậu duệ luôn khắc ghi,
Nền vàng ba sọc Trung Nam Bắc,
Tiếp nối cha ông tiến bước đi.

Lá cờ tổ quốc mang trên vai,
Là bao ước vọng của tương lai,
Hồn thiêng sông núi đang chứng kiến,
Quét sạch cộng nô sẽ có ngày.

Nhìn đàn con trẻ vẫn hiên ngang,
Một lòng chung sức cứu giang san,
Mong lắm một ngày về quê mẹ,
Phất phới trên tay ngọn cờ vàng

Tranh Đinh Trường Chinh

Lại tháng Tư về

Tàn chiến cuộc ta thành tên chiến bại,
Lệnh đầu hàng khi súng vẫn giương cao.
Đoàn hùng binh khí thế của hôm nào,
Ôm mặt khóc trong hờn căm tức tưởi!

Cấp chỉ huy hèn bỏ đi rất vội,
Nhưng anh em chiến hữu vẫn bên nhau,
Ngày cuối cùng đau đớn bởi giặc vào,
Đã tự sát cùng nhau tròn khí tiết!

Những dũng tướng đã một thời oanh liệt,
Chết theo thành tên tuổi rạng sử xanh!
Tướng sa cơ đành chịu kiếp nhục nhằn,
Thân biệt xứ bị tù đầy giam hãm.

Tháng ngày qua nhìn quê hương ảm đạm,
Bao dân lành vẫn sống kiếp lầm than.
Bọn cường quyền toa rập với công an,
Cưỡng chiếm đất đuổi dân không thương tiếc!

Chúng làm ngơ cho giặc Tàu cướp biển,
Xem bọn này là bạn tốt muôn năm,
Ải Nam Quan Bản Giốc của cha ông,
Chúng dâng trọn cho vừa lòng chủ mới!

Tháng tư về vết thương còn nhức nhối,
Nhớ anh em chiến hữu kiếp phế binh,
Đau thể xác nhưng vẫn vững tinh thần,
Bị đày dọa trên quê hương đất mẹ!

Nhìn các anh nhận quà qua ngấn lệ,
Xót xa lòng tôi gói trọn niềm thương!
Quê mẹ ơi sao lắm cảnh đoạn trường
Căm hờn mãi trong tôi ngày quốc hận!

Làm sao nhỉ cho vơi đi nỗi nhớ?

Ai đã dệt chiều hoàng hôn nắng úa?
Cho men say dâng chất ngất đêm nay.
Ta mất nhau ta đã mất bao ngày,
Nên nỗi nhớ đong đầy theo năm tháng!

Anh bên này bốn mùa đều hoang vắng.
Trong lòng mình chỉ có mùa đông thôi.
Nơi xa xôi vẫn nhớ mãi một thời,
Thuở vụng dại yêu mà không dám nói.

Ngày đến trường đôi ta cùng chung lối,
Lòng ngập ngừng khi hai đứa bên nhau,
Tơ lòng vương cho nỗi nhớ in sâu,
Rồi từ giã anh đi vào cuộc chiến.

Ve nức nở tiễn anh ngày ly biệt,
Nhánh phượng hồng e ấp được em trao,
Sân trường thân yêu sao bỗng nghẹn ngào,
Em khẽ nói mình nhớ nhau anh nhé.

Đến bây giờ bao mùa hè rồi nhỉ?
Lời người xưa như còn vẳng bên tai,
Chiến tranh tàn tan mộng ước tương lai,
Ôm mối hận nơi xứ người lưu lạc.

Hơn nửa đời vẫn ngồi ôm dĩ vãng,
Vẫn nhớ về cánh phượng cũ thân thương,
Nhớ dáng ai tha thướt dưới sân trường,
Làm sao nhỉ cho vơi đi nỗi nhớ?

Hè 2018

Lính Biệt động cũng đa sầu đa cảm

Lính Biệt động cũng đa sầu đa cảm,
Nên biết buồn lúc đất nước điêu linh!
Giữ quê hương tạm gác mối tình riêng,
Nhưng vẫn nhớ một thời yêu dấu cũ.

Lính Biệt động một đời trong quân ngũ,
Cũng đa sầu đa cảm với tình yêu,
Yêu quê hương yêu những mái tranh nghèo,
Thương đất mẹ thương câu hò điệu lý.

Lính Biệt động yêu không cần suy nghĩ,
Yêu hết lòng dù biết chẳng được yêu,
Có khi yêu nhiều quá nên đâm liều,
Hay đa cảm đa sầu là như thế.

Lính Biệt động sức dời non lấp bể,
Màu áo hoa rừng khiếp vía địch quân,
Nhưng hiền khô hay giúp đỡ người dân,
Đang là cọp thành mèo ngoan dễ mến.

Lính Biệt động vẫy vùng nơi hỏa tuyến,
Trên bốn vùng chiến thuật đã lừng danh,
Trận Kontum An Lộc quyết giữ thành,
Trang quân sử ghi chiến công hiển hách.

Lính Biệt động trong núi rừng hiu quạnh,
Hay hành quân nơi nước đọng sình lầy,
Vững tay súng nuôi mộng chí làm trai,
Giữ non nước dù bạc màu áo trận.

Tháng tư đen nên cùng chung số phận
Vì bàn cờ quốc tế đã an bài
Biệt động quân chưa thỏa chí làm trai,
Đành ôm hận súng gươm buông ngày ấy!

Lính Biệt động với cuộc đời còn lại,
Vẫn cùng nhau giúp đỡ các thương binh,
Những cô nhi quả phụ sống điêu linh!
Người có của kẻ có công góp lại.

Giúp chiến hữu tình tương thân tương ái,
Mong một ngày mình cũng sẽ cùng nhau,
Hát ca vang khi tổ quốc đón chào,
Ngày đất nước được tự do no ấm.

Lính mới ra trường

Ra trường nhận đơn vị,
Trung đội trưởng trung ba, (3)
Trong hàng thầm thì nói,
"Chuẩn úy sữa quá ta".

Nhìn lính chiến phong sương,
Những khuôn mặt can trường,
Quân số còn rất ít,
Vì mất ngoài chiến trường!

Trung đội còn tiểu đội,
Lính vẫn luôn vui cười,
Chờ bổ sung quân số,
Sẽ đánh giặc tơi bời

Dưỡng quân được vài ngày,
Lệnh hành quân sáng mai,
Lương khô và gạo sấy,
Chuẩn bị cho năm ngày.

Sáng sớm được lệnh đánh,
Trung đội ta đi đầu,
Ngày đầu ra trận tuyến,
Bài tập để quên đâu?

Lóng ngóng máy hai lăm, (PRC 25)
Ống nói chưa biết dùng,
Thôi thì nhờ người lính,
Đang mang máy nói giùm.

Lệnh trên vừa gọi xuống,
Dàn hàng ngang xung phong,
Chiếm ngôi làng địch đóng,
Giải thoát dân trong vùng.

Ngày đầu tiên ra trận,
Nghe súng nổ bên tai,
Như điếc không sợ súng,
Đạn trúng ta nào hay!

Nghe nhói đau trên tay!
"Có sao không ông thầy?
Người lính lo lắng hỏi,
"Tôi không sao còn may".

Đánh vài trận đâm lỳ,
Chết chóc có nghĩa chi,
Thấy anh em nằm xuống,
Trong lòng khóc biệt ly.

Tháng ngày nối tiếp theo,
Cùng mưa nắng dãi dầu,
Chuẩn úy sữa ngày trước,
Bấy giờ rất là ngầu.

Ngày phép về thành phố,
Áo hoa bê bết bùn,
Người yêu nhìn thán phục
Anh trông rất hào hùng.

Anh lính trẻ ngày trước,
Bây giờ thành lính già,
Thời gian mang đi hết.
Đời lính vẫn trong ta.

Lời ru của mẹ

Từ khi con mới chào đời.
Là con đã được nghe lời mẹ ru,
Àu ơ nhịp võng đong đưa,
Lời ru đến mãi bây giờ còn đây.

Tiếng mẹ ru nhẹ như mây,
Lâng lâng như gió nhẹ bay lên trời.
Lời ru đưa con vào đời.
Con mang đi khắp vùng trời quê hương,

Bao năm giãi nắng dầm sương.
Sớm hôm tần tảo nuôi con nên người,
Thời gian trôi mẹ già rồi!
Tóc như mây trắng bồi hồi lòng con!

Con giờ tóc cũng pha sương.
Quê hương bỏ lại vấn vương bên lòng!
Bây giờ xa cách ngàn trùng.
Nhớ quê nhớ mẹ giọng buồn ru con,
Xứ người con mãi vấn vương,
Lời ru của mẹ theo con suốt đời!

Lời tử sĩ

Đọc thơ anh chợt rưng rưng nước mắt
Lời thơ buồn thấm tận trái tim tôi
Những bạn bè tôi đã mất lâu rồi
Xác thân đã thấm sâu lòng đất mẹ!

Cần gì nữa những nắm mồ sạch sẽ
Khi nước nhà chưa sạch bóng quân thù
Và quê hương vẫn còn bóng cộng nô
Bọn quỷ đỏ đang âm mưu bán nước.

Nỗi nhục xưa một ngàn năm Bắc thuộc
Đất biên cương biển đảo đã mất rồi!
Bạn nằm đó mà hồn vẫn chưa nguôi
Tôi mượn lời thơ nói niềm uất hận!

Khi đất nước giặc còn đang rao bán
Van xin làm gì một cái nghĩa trang
Cần làm chi những nấm mộ huy hoàng
Chỉ tủi những vong linh người nằm xuống!

Tôi mong sao một ngày mai tươi sáng
Đất nước mình đẹp hết lũ cường quyền
Bọn chúng tôi sẽ rước các hương linh
Đặt trân trọng lên bàn thờ tổ quốc.

Mai tôi chết cờ vàng xin đừng phủ

Mai tôi chết cờ vàng xin đừng phủ.
Xác thân này đâu chết cho quê hương?
Súng gươm xưa đã bỏ lại chiến trường!
Thân chiến bại nhục nhằn nơi đất khách!

Hơn nửa đời đã tan rồi khí phách.
Nhớ bạn bè nằm xuống nghĩ mà đau!
Không quan tài cờ phủ giữa chiến hào,
Máu thịt đã thấm vào lòng đất mẹ.

Bao năm trời bao nhiêu người trai trẻ,
Chết không cần cờ phủ vẫn uy nghi.
Khi nằm xuống bạn nào đã lo chi?
Chỉ ước muốn thân này dâng đất nước,

Ta giờ đây đã tàn bao mơ ước!
Chuyện ngày xưa chỉ còn thấy trong mơ.
Ngày về quê càng lúc cứ xa mờ,
Thời gian vẫn lạnh lùng theo năm tháng.

Tuổi càng cao lòng càng nghe mặn đắng!
Xót thân này khi chết bỏ lại đây!
Nơi xứ người bạn hữu chẳng còn ai?
Mai tôi chết cờ vàng xin đừng phủ.

Mai tôi chết hãy mang tôi hỏa táng

Mai tôi chết hãy mang tôi hỏa táng.
Nắm tro tàn xin rải khắp quê hương,
Nơi hành quân xưa trên khắp núi rừng.
Để được gặp bạn bè tôi nằm đó.

Để thấy lại Kon Tum trong khói lửa,
Hay Quảng Trị xưa anh dũng kiêu hùng,
Rải tro tôi trên thị trấn Bình Long,
Nơi đồi gió bao lính dù nằm xuống.

Mai tôi chết đừng mang tôi ra biển,
Sóng dập vùi thân xác biết về đâu?
Tro bụi tôi xin rải tận tuyến đầu.
Để nhìn lũ Cộng quân đang bán nước.

Thác Bản Giốc ải Nam Quan ngày trước,
Bây giờ đây đã dâng hết cho Tàu.
Tro tàn tôi xin rải tận Cà Mau.
Hay Phù Cát Bồng Sơn cùng Cửa Việt.

Mai tôi chết đừng mang tôi ra biển,
Mang tro tôi về Bình Giả Phước Long,
Nhớ năm xưa cùng chiến hữu một lòng,
Vung thép súng giữ lời thề ngày trước.

Mai tôi chết xin được như mơ ước,
Để tro tàn tôi bay khắp không gian.
Quê hương ơi! Tôi xin được một lần,
Nắm tro bụi thấm vào lòng đất mẹ.

Nguyễn Ngọc Trân | **127**

Mẹ Việt Nam ơi

Mẹ Việt Nam ơi con già rồi
Tháng năm chồng chất muộn phiền thôi!
Nước non xa mãi càng xa mãi,
Mà sao nỗi nhớ vẫn chưa vơi.

Mẹ Việt Nam ơi con ra già rồi!
Tóc xanh giờ đã bạc như vôi,
Chân cũng run run theo nhịp bước.
Mà sao con vẫn mãi xa người!

Mẹ Việt Nam ơi con già rồi!
Nhớ thương thương nhớ cũng vậy thôi!
Hận cũ còn vương theo năm tháng,
Thời gian thì vẫn cứ mãi trôi.

Mẹ Việt Nam ơi con già rồi!
Chúng con xin tạ lỗi mẹ thôi,
Mong đàn hậu duệ cùng đứng dậy
Xây dựng một Việt Nam đẹp tươi.

Mỗi năm thêm tuổi thêm buồn!

Ngày tôi vừa mới chào đời,
Quê hương khói lửa ngập trời binh đao,
Mẹ cha lận đận lao đao,
Nuôi tôi khôn lớn biết bao nhọc nhằn!

Thời gian lạnh lùng trôi nhanh,
Chiến tranh rồi cũng lan tràn khắp nơi,
Vì núi sông tôi đáp lời,
Khoác chiến y giã từ đời thư sinh.

Cùng vui nhịp bước quân hành,
Sông pha lửa đạn tuổi xanh qua dần,
Ai ngờ mộng ước không thành!
Súng gươm bỏ lại ngỡ ngàng chuyện xưa.

Xứ người vẫn thấy bơ vơ!
Quê nhà chuyện cũ ngẩn ngơ nỗi sầu!
Nước non từ biệt đã lâu,
Mà sao trong giấc chiêm bao vẫn còn.

Mỗi năm thêm tuổi thêm buồn!

Mong rằng sẽ có một ngày

Đọc tin lòng chợt não nề!
Quê hương yêu dấu còn gì nữa đâu?
Núi xanh sông biếc một màu,
Bây giờ đồi trọc cây cao mất rồi!

Biển xưa xa tận chân trời,
Bây giờ Tàu cộng cướp rồi còn đâu?
Ruộng vườn cưỡng chiếm từ lâu,
Nợ nần chúng đổ lên đầu dân đen.

Những tên có chức có quyền,
Tha hồ vơ vét bạc tiền thẳng tay,
Gởi con du học nước ngoài,
Nhà cao cửa rộng chúng xây huy hoàng.

Nhìn non nhìn nước tan hoang,
Ngàn năm Bắc thuộc sắp mang tròng vào,
Lời thơ hậu duệ xuyến xao,
Nước non giờ chỉ mong vào đàn em.

Cùng nhau giữ vững niềm tin,
Mong rằng sẽ có đoàn viên một ngày,
Một ngày tươi sáng tương lai,
Một ngày nước Việt hết loài cộng nô.

Mưa thu

Từng giọt buồn rơi từng giọt rơi.
Mưa thu hiu hắt quá thu ơi
Gió thu lành lạnh lòng tê tái
Mây xám buồn giăng tận cuối trời.

Ngồi đây lặng ngắm giọt sầu rơi,
Thu về lòng lại thấy đơn côi.
Mấy thu rồi nhỉ người có biết?
Ta vẫn còn vương vấn một thời.

Ta vẫn còn mơ bóng dáng ai,
Bao thu lòng vẫn chẳng hề phai.
Nhớ người áo tím sân trường cũ,
Dáng nhỏ cùng mái tóc buông dài.

Người đã xa rồi biết tìm đâu?
Mấy thu mưa đến lại giăng sầu.
Chốn cũ có còn bao kỷ niệm,
Hay đã nhạt nhòa theo giọt ngâu?

Mừng Giáng sinh

Mừng giáng sinh trong mùa đông băng giá,
Nơi xứ người rộn rã khúc nhạc vui,
Khắp mọi nơi đang mừng chúa ra đời,
Sao ta thấy lòng mình đang trống vắng!

Đêm mừng lễ cô đơn trong phòng vắng!
Đón giáng sinh sao nhớ mãi quê nhà,
Lòng buồn thương số phận của dân ta!
Vẫn sống mãi trong ngục tù chủ nghĩa!

Xóm đạo xa không được mừng thánh lễ!
Bên giáo đường bị phá hoại tan hoang!
Bởi nhóm người đại diện bọn sài lang,
Đã đánh đập những giáo dân vô tội.

Đêm mừng chúa khắp nơi trên thế giới,
Họ tưng bừng lễ hội mừng giáng sinh,
Còn riêng ta trong bóng tối một mình,
Xin cầu nguyện quê mình qua khổ nạn.

Mừng người

Mừng người vui bước theo chồng,
Mà sao ta thấy trong lòng buồn thiu!
Từ nay phố vắng đìu hiu,
Gác buồn lặng ngắm mưa chiều rưng rưng.

Lòng dặn lòng thôi vấn vương,
Mà sao vẫn thấy buồn vương vấn buồn,
Người đi lối cũ vẫn còn,
Ta về chỉ thấy phố buồn bơ vơ,

Từ nay thôi hết đời chờ,
Vần thơ thương nhớ hững hờ từ đây,
Đêm nay ta uống thật say,
Vì em đẹp nhất đêm nay bên người.

Rượu hồng sao thấy nhạt môi,
Tình xưa em đã trao người còn đâu?
Chỉ còn tôi với giọt sầu!
Chúc người biết chúc làm sao bây giờ?

Cạn ly thôi hết đợi chờ,
Mấy vần thơ cũ ơ hờ gởi ai?
Đêm nay ta uống thật say,
Còn đêm nay để ngất ngây bên người!

Nếu biết!

Nếu biết tình mình không trọn vẹn,
Thì bài thơ trước chớ vội trao.
Bao nhiêu mơ ước trong trang giấy,
Xin đốt cùng theo với mộng đầu.

Nếu biết tình mình không trọn vẹn
Người ơi xin hãy cố quên đi.
Những ngày hai đứa cùng chung bước
Và lỡ trao nhau những ước thề.

Nếu biết tình mình không trọn vẹn
Thì xin đừng nói tiếng yêu đương.
Để giờ nhớ mãi câu ước hẹn,
Và màu áo tím của người thương.

Tranh Đinh Trường Chinh

Ngày các anh thương phế binh hội ngộ

Nhìn các anh tôi bồi hồi xúc động!
Những người trai của một thuở xa xưa,
Khoác chiến y anh bảo vệ cõi bờ,
Đem tuổi trẻ hiến dâng cho đất nước.

Các anh đi mang theo nhiều mơ ước,
Mong quê nhà sạch hết bọn cộng nô.
Chúng theo Tàu và bám đít Liên Xô,
Mang chủ nghĩa tam vô vào đất mẹ.

Bầu nhiệt huyết của một thời trai trẻ,
Xếp tình riêng để báo đáp non sông.
Ngoài chiến trường gặt hái những chiến công.
Những trận đánh vang lừng trang quân sử.

Bình Long Kontum Trị Thiên còn đó,
Bản hùng ca vang vọng mãi ngàn sau.
Các anh đi người người nối tiếp nhau,
Người nằm xuống có người sau nối bước.

Nhưng các anh đã không tròn mơ ước!
Chiến trường anh bỏ lại một phần thân!
Rồi từ đó anh trở thành phế nhân!
Nhưng nhiệt huyết trong tim còn mãi mãi.

Bao nhiêu năm chịu đớn đau đày ải!
Dưới sự trả thù của bọn vô lương,
Các anh xem như là chuyện bình thường,
Vẫn vui sống cho qua cơn mộng dữ.

Nhìn các anh gặp nhau ngày tao ngộ,
Người cụt tay người mù mắt cụt chân.
Giúp đỡ nhau như là những người thân,
Sao tôi thấy mắt rưng rưng ngấn lệ!

Nhìn các anh với tấm thân tàn phế,
Tóc bạc mầu theo năm tháng phong sương!
Chiến y xưa đã bỏ lại giữa đường!
Lòng vẫn nhớ chiến trường xưa oanh liệt.

Mượn trang giấy với lời thơ tôi viết,
Luôn nhủ lòng ghi nhớ đến các anh.
Và mong sao tất cả các hội đoàn,
Luôn giúp đỡ các anh và mãi mãi.

Ngày chiến sĩ trận vong nhớ các thương binh

Các anh trọn phận làm trai thời loạn,
Hiến một phần thân thể cho quê hương!
Bỏ chiến y nhưng vẫn sống can trường,
Dù đang bị đọa đày trên đất mẹ.

Những vết thương còn hằn trên thân thể,
Như vết đau của quê mẹ thân yêu!
Hoàng Trường Sa giờ đã mất còn đâu,
Thác Bản Giốc,Nam quan không còn nữa!

Tuổi còn xanh vẫy vùng trong khói lửa,
Lòng mong sao giữ trọn vẹn quê hương,
Giờ nửa đời nhìn quê mẹ tang thương,
Thân tàn phế nhưng lòng không tàn phế.

Nơi xa xôi kỷ niệm ngày tử sĩ,
Lòng chạnh lòng khi nhớ những hy sinh,
Của các anh những chiến hữu đồng hành,
Người nằm xuống người mất phần thân thể!

Xin cám ơn bạn bè cùng đoàn thể,
Đã một lòng giúp đỡ đến các anh,
Tuy không nhiều nhưng với tấm lòng thành,
Xin ghi nhận lòng tri ân chiến sĩ.

Ngày đi!

Ngày đi
mang nỗi niềm riêng,
Quê hương bỏ lại
muộn phiền theo ta!
Thuyền xa...
đất mẹ mờ xa
Thấy cay trong mắt
lệ nhòa trong tim!
Saigon ơi!
Biết đâu tìm?
Ngay đi biền biệt
cánh chim phương nào?
Đêm đêm
trong giấc chiêm bao,
Saigon
nỗi nhớ xôn xao tìm về!

Ngày tháng cũ

Hết rồi ngày tháng cũ,
Ưu phiền suốt một đời,
Những chiều tàn nhớ mãi,
Lòng thấy buồn chơi vơi.

Xa rồi ngày tháng cũ,
Những trưa nắng Saigon,
Cổng trường ta đứng đợi,
Tà áo dài Trưng Vương.

Còn đâu ngày tháng cũ,
Chiều công viên hẹn hò,
Tiễn em chiều pháo đỏ!
Xót xa một vần thơ.

Còn đâu ngày tháng cũ,
Bạn bè xưa đâu rồi?
Sân trường hoa phượng nở
Sắc hồng có còn tươi?

Xa rồi ngày tháng cũ,
Nhớ Đà Lạt hoàng hôn,
Nhớ nắng vàng Thủy tạ
Hôn lên má em hồng.

Còn đâu ngày tháng cũ,
Những nẻo đường hành quân,
Chỗ anh em nằm xuống,
Nghe thương nhớ thật gần.

Xa rồi ngày tháng cũ,
Đóng quân ngoài cố đô,
Ta gặp em gái Huế,
Người xưa đâu bây giờ?

Hết rồi ngày tháng cũ,
Về thăm lại chốn xưa,
Ngẩn ngơ tìm lối nhỏ
Chỉ còn thấy bụi mờ.

Còn đâu ngày tháng cũ,
Mùa đông dài mênh mông!
Ta mang thân biệt xứ,
Nhớ quê hương vô cùng.

Hết rồi ngày tháng cũ,
Bây giờ xa thật rồi,
Đếm thời gian còn lại,
Cho nỗi buồn lên ngôi.

Ngày xưa

Ngày xưa chẳng dám nói yêu,
Cho nên lòng vẫn mang nhiều thiết tha,
Ngày em pháo cưới kết hoa,
Bài thơ anh viết xót xa tặng người!

Bao mùa thu hững hờ trôi,
Bao mùa thu vẫn nhớ người ngày xưa!
Bây giờ nào có ai ngờ,
Gặp nhau ánh mắt vẫn như thuở nào.

Xót xa kể chuyện đời nhau,
Tiếc cho cái thuở ban đầu ngu ngơ,
Ngày xưa cho đến bây giờ,
Dù yêu anh cũng vẫn chưa ngỏ lời.

Ngày xưa ta chung lối

Ngày xưa ta chung lối
Cùng cắp sách đến trường
Tình như trang giấy mới
Mộng ước thật bình thường

Rồi thời gian qua mau
Quê mẹ nhuốm thương đau
Chiến tranh tràn khắp nẻo
Ta đành từ biệt nhau

Anh lên đường giữ nước
Trọn nghĩa với quê hương
Mang theo bao mộng ước
Lời thề mãi vấn vương

Những lần anh về phép
Mình quấn quít bên nhau
Ôn bao kỷ niệm cũ
Xây đắp mộng ban đầu

Vì anh là lính trận
Đời gian lao vô cùng
Sống chết trong gang tấc
Em có thương anh không?

Em thẹn thùng khẽ nói
Dù mai này muôn lối
Dù sau có ra sao
Vẫn yêu anh suốt đời

Đêm đen ngoài trận tuyến
Nhìn ánh hỏa châu rơi
Nghe lòng mình xao xuyến
Nhớ em hồn chơi vơi

Rồi thời gian qua mau
Nhạt phai chuyện ban đầu
Em đã quên chuyện cũ
Theo chồng sáng mưa ngâu

Ngày pháo hoa ngập lối
Em vui bước theo chồng
Anh tuyến đầu thương nhớ
Nghe xót xa trong lòng lòng

Bây giờ đã nửa đời
Thương nhớ vẫn chưa nguôi
Tìm về nơi chốn cũ
Em bây giờ đâu rồi?

Ngu ngơ

Ta giờ
đã nửa
cuộc đời!
Trôi theo con nước
ngậm ngùi chuyện xưa!
Ta giờ
như đá
ngu ngơ,
Mặc con sóng vỗ
bao giờ được yên.
Cơn đau
xưa vẫn
triền miên,
Ngày về ta vẫn
vô duyên đợi chờ.
Bao năm
qua vẫn
tháng tư,
Nhìn mây trắng
vẫn hững hờ trôi mau.
Tóc xanh giờ đã bạc màu!
Hận xưa
rồi cũng
đi vào thiên thu!

Người có thấy không?

Lâu lắm giờ tôi mới trở về,
Thăm quê để nhớ lại tình quê,
Tôi nghe người nói giờ vui lắm.
Mà thấy trong lòng đau tái tê!

Người có thấy không giữa phố phường?
Một đàn em bé rất tang thương!
Xin chút cơm thừa cho đỡ đói,
Không chốn nương thân giữa đời thường.

Người có thấy không những cụ già?
Bán từng vé số dặm đường xa.
Dầm mưa dãi nắng chân khô mốc,
Kiếm bát cơm lưng đủ gọi là.

Người có thấy không giữa đời thường?
Tham quan ác bá chẳng tình thương.
Chiếm nhà chiếm đất xây biệt thự,
Chẳng chút lương tri chẳng luân thường!

Người có thấy không chốn học đường?
Thầy cô nhũn nhặn học trò cương?
Bố mẹ đại gia con đại náo.
Xã hội vô luân loạn cương thường.

Người có thấy không giữa chợ trời?
Buôn người gả bán tít mù khơi
Đất khách lưu đày thân con gái,
Tuổi vẫn đương Xuân đã tàn đời.

Người có thấy không những mẹ già?
Cắt lòng đau xót gả con xa.
Ngày xưa chinh chiến không ly biệt,
Nay mất con rồi biệt phương xa.

Người có thấy không chán làm người?
Trẻ cùng thần chết lắm cuộc chơi
Xì ke hút sách đua cao tốc,
Bỏ học chơi bời óc rỗng tơi.

Người có thấy không trong vũ trường?
Đèn mờ cùng điệu nhạc du dương,
Bao người gái nhỏ làm vũ nữ,
Khóe mắt buồn vương kiếp đoạn trường!

Người có thấy không những thằng hèn?
Áo gấm về làng để khoe khoang,
Thản nhiên vui thú trên thân xác
Của gái nghèo đi kiếm đồng tiền!

Người có thấy không bọn cầm quyền?
Bắt dân yêu nước vì biểu tình
Chống bọn bá quyền nơi phương Bắc
Hoàng-Sa Bản-Giốc đã mất tên!

Người có thấy không những nấm mồ?
Bạn bè nằm xuống thuở xa xưa,
Bây giờ hoang lạnh không nhang khói
Chết vẫn chưa yên một nấm mồ!

Bây giờ tôi đã trở về đây.
Thăm quê lòng chợt thấy u hoài!
Quê mẹ giờ đây xa lạ quá,
Uất nghẹn trong lòng ai có hay????

Người đâu rồi?

Trong ta nỗi nhớ còn nguyên vẹn,
Một thuở yêu người vẫn thiết tha,
Đã bao lâu rồi không gặp lại?
Người ơi người có nhớ đến ta?

Ngày ta ra đi người không biết!
Những lúc ta về người nào hay
Đường xưa lối cũ người đâu nhỉ?
Tìm người chỉ thấy bụi mờ bay.

Ta vẫn từng đêm trong nhung nhớ,
Mộng thấy cùng người vẫn sánh vai,
Một thoáng thôi mà xao xuyến quá,
Muốn mãi trong mơ giấc mộng dài.

Thôi nhé đôi ta chẳng còn nhau
Thời gian chôn kín mộng ban đầu.
Cho nên đành lỡ câu hẹn ước
Chuyện mình xin hẹn kiếp mai sau!

Tranh Đinh Trường Chinh

Người em gái miền Nam

Hỡi người em gái miền Nam ơi!
Cho anh hỏi "nhỏ" một đôi lời,
Mắt em sao thấy long lanh quá,
Anh ngỡ vì sao lạc cuối trời.

Tóc em là cả nguồn suối mơ,
Môi hồng e ấp chuyện hẹn hò,
Giọng em âu yếm muôn trìu mến,
Cho anh ngây ngất dệt vần thơ.

Anh nhớ hàng dừa xanh thắm tươi,
Nhớ giọng hò em thật tuyệt vời,
Nhớ hàng măng cụt tô màu áo,
Cho lòng anh chợt thấy chơi vơi.

Sau nhà em có vườn cau tươi,
E ấp trầu leo quấn chẳng rời,
Cười đùa anh bảo như hai đứa,
Thẹn thùng em nói ghét anh thôi.

Anh nhớ những lần anh dừng quân,
Áo rách vai em vá đôi lần,
Đường may tuy vụng nhưng như đã,
Ấp ủ thương yêu đến vạn lần.

Em thơm hương lúa miền Cửu Long,
Anh mang nhựa sống của sông Hồng,
Hai ta nối nhịp cầu Nam Bắc,
Nguyện cùng nhau giữ vững non sông.
....

Hỡi người em gái miền Nam ơi!
Ta giờ phiêu bạt cuối phương trời,
Vẫn nhớ những ngày xưa thân ái,
Nhớ mãi giọng hò ai không nguôi.

Bao giờ ta mới gặp người ơi,
Cách xa nhau đã quá nửa đời,
Nước non còn đó mà xa quá,
Bao giờ ta mới hết chia phôi?

Nguyễn Ngọc Trân | **153**

Người hỡi làm sao tôi quên được!

Người bảo tôi thôi đừng nhớ nữa,
Tháng Tư chuyện cũ đã qua rồi.
Giờ sống bình yên nơi xứ lạ,
Chuyện buồn rồi cũng sẽ phai phôi.

Nhưng sao mỗi lần tháng Tư đến,
Tôi thấy buồn dâng ngập cõi lòng
Nhớ những bạn bè xưa đã mất
Xác thân vùi dập trên quê hương!

Những thằng nằm xuống còn rất trẻ,
Tình yêu chưa biết được bao giờ.
Ba lô vương vấn mùi sách vở,
Áo trận còn nguyên dáng học trò.

Chỉ quen biết nhau trong quân trường,
Vài tháng mà sao đã thân thương.
Mãn khóa ngày mai ra chiến trận,
Dặn dò cố gắng giữ quê hương.

Có những anh em cùng đơn vị,
Thương nhau còn hơn cả người thân.
Cùng nhau chia sẻ bao nguy khốn.
Ngày mai sống chết chia đôi đường.

Người hỡi làm sao tôi quên được!
Tháng Tư ngày cuối quá đau thương
Đen tối phủ trùm trên quê mẹ
Gieo rắc hờn oan khắp nẻo đường!

Người hỡi làm sao tôi quên được!
Những ngày tù ngục giữa rừng sâu
Bao bạn tù chung cùng cảnh ngộ
Nằm xuống không yên một nấm mồ!

Đã bao năm rồi ngưng tiếng súng,
Quê mình vẫn chẳng một ngày vui.
Người hỡi làm sao tôi quên được,
Tiếng khóc dân oan hận thấu trời!

Người hỡi làm sao tôi quên được!
Biển đảo quê hương đã mất rồi.
Nam quan ải cũ còn đâu nữa
Bản Giốc giờ đây cũng ngậm ngùi!

Tháng Tư tôi hướng về quê mẹ,
Thắp nén nhang lòng nhớ bạn xưa!
Nhớ bao chiến sĩ vì đất nước.
Nằm xuống cho tươi thắm màu cờ

Người lính năm xưa

Người lính năm xưa giờ ngồi đây,
Đón Xuân trong nỗi nhớ vơi đầy.
Nhớ tiếng súng vang thay tiếng pháo,
Giao thừa nhìn ánh hỏa châu bay.

Người lính năm xưa tóc bạc màu,
Trong lòng vẫn mãi một niềm đau.
Thề xưa mộng cũ không trọn vẹn,
Vẫn nhớ từng đêm trên chiến hào.

Người lính năm xưa đón tết buồn!
Thời gian chưa xóa hận ly hương.
Xứ người vẫn nhớ về quê mẹ,
Nhớ thuở xa xưa nhớ chiến trường.

Người lính năm xưa nhớ bạn bè,
Nhớ từng ly rượu buổi chia ly.
Để rồi mai sớm người mỗi ngả,
Chiến tranh ai dám hẹn ngày về?

Người lính năm xưa nhớ mái trường,
Tuổi thơ bao kỷ niệm thân thương.
Bây giờ gặp lại thầy, cô, bạn
Kể lại nhau nghe những đoạn trường!

Gặp nhau trên mảnh đất tạm dung,
Nhớ về quê mẹ xa nghìn trùng.
Mong ước ngày Xuân trên đất mẹ,
Cùng nhau hát khúc nhạc tương phùng.

Người vợ lính VNCH
(Việt Nam Cộng Hoà)

Đã bao năm giờ ngồi ôn chuyện cũ,
Lòng cảm thương người vợ lính năm xưa
Chồng đi tù vất vả mấy cho vừa,
Cùng làm mẹ làm cha nuôi con lớn.

Vượt suối trèo non vẫn không chùn bước,
Mong gặp chồng dù chỉ thoáng giây thôi,
Ôi đẹp sao người vợ lính tuyệt vời,
Triệu đóa hồng vẫn không sao sánh được!

Có những người không được như mơ ước,
Nghe tin chồng đã mất tận rừng sâu.
Sau bao năm giờ đã bạc mái đầu,
Thân sương phụ đi tìm mồ vô chủ!

Người ở lại chịu muôn ngàn đau khổ,
Bọn cầm quyền trù dập thật dã man.
Nghĩ đến người tôi xin viết đôi hàng,
Gởi tất cả với tấm lòng cảm phục!

Nhạt phai

Cuộc tình
giờ đã nhạt phai!
Còn đây
một nỗi u hoài trong ta!

Bao thu vàng
đã trôi qua?
Người xưa thì vẫn
ngàn xa mịt mờ!

Cung thương
lỡ nhịp hẹn hò,
Cho nên nỗi nhớ
chưa nhòa trong tim.

Nhớ An Lộc

Vừa đổ quân xuống đầu phi đạo,
Quanh ta đã thấy khói chiến trường
An Lộc đang chìm trong biển lửa!
Ngậm ngùi quê mẹ quá đau thương!

Ba lô trên vai chưa kịp xuống,
Pháo địch nổ ngay trên đỉnh đầu,
Bao người ngã chết trong chớp mắt!
Máu loang đất mẹ khóc niềm đau!

Xa Cam hỗn loạn dân di tản
Pháo giặc rót vào giết dân oan
Nghiến răng ngăn lệ trào khóe mắt
Căm thù giặc ác tận tâm can!

Ta chuyển quân theo bảo vệ dân
Thương đàn em nhỏ mất người thân!
Đầu xanh nào có vương chi tội?
Mà đã bơ vơ giữa bụi trần.

Mười ngàn quả pháo rót từng ngày!
Người chết nhiều lần không toàn thây.
Ta cùng chiến hữu ghìm tay súng,
Bảo vệ an nguy thị trấn này.

Có người lính trẻ bị trọng thương!
Gần chết nhưng anh vẫn can trường,
Đồng hồ vội cởi ra đưa bạn.
"Mày về nói mẹ chớ đau thương!"

Rồi vài tuần sau người bạn ấy
Lại cũng hy sinh nơi tuyến đầu
Trong tay vẫn còn mang kỷ vật,
Chưa về gặp mẹ bạn mà trao!

Xe tăng địch tiến vào thị trấn
Ta giương nòng súng khẩu bảy hai,.(M 72)
Khai hỏa diệt tăng, tăng bốc cháy.
Nức lòng chiến hữu kể từ đây.

Chiếm lại Đồng Long giữ nhà thờ
Đóng quân dưới tượng chúa KITO,.
Dang tay tượng Chúa như thương xót,
Mắt đượm buồn quanh khói đạn mờ!

Nghe tin quân bạn vừa tan hàng!
Quân Dù đồi gió đã tan hoang,
Giặc thù vây bủa đông như kiến!
Tử thủ quân ta quyết chẳng hàng.

Tiếp viện Nhảy dù cùng Biệt cách,
Từng đêm cận chiến với địch quân,
Giải tỏa từng căn nhà trong phố,
Đẩy lui bọn cộng chạy xa dần.

Xe tăng giặc ngổn ngang khắp nơi,
Thị trấn giờ đây giải tỏa rồi.
Ba tháng dài như ba thế kỷ,
Chiến hữu cùng ta vui reo cười.

Bây giờ đã mấy chục năm qua.
An Lộc năm xưa vẫn chưa nhòa
Trận chiến đã đi vào lịch sử,
Trong ta còn mãi khúc hùng ca.

Nhớ An Lộc 2

Tháng Tư bảy hai nhảy vào An Lộc,
Đất đỏ Bình Long bỗng thấy chuyển mình,
Dân vui mừng chào đón đoàn hùng binh,
Giữ thị trấn đang trong cơn hoảng loạn.

Địch đón ta bằng những tràng pháo đạn,
Nổ chết dân lành đau xót tim ta!
Dàn mỏng quân ta bảo vệ xóm nhà,
Cùng chiến hữu sư đoàn 5 ngăn giặc.

Giặc quá đông bủa vây ta càng chặt,
Tử thủ một lòng quyết giữ Bình Long,
Chúng điên cuồng với những đợt xung phong,
Pháo ồ ạt mong ta không chiến đấu.

Vững tay súng ta đào hầm tránh pháo,
Đẩy lùi bao lần đợt giặc tiến vào,
Không quân ta lao xuống ở trên cao,
Bom tan nát đoàn xe tăng của địch.

Tiếp viện đến với liên đoàn Biệt cách,
Cùng Nhảy dù trên quốc lộ Mười ba,
Không hổ danh lính 81 tài ba,
Đuổi bọn giặc cứu nguy cho thị trấn.

Xây nghĩa trang các anh vừa đánh trận,
Gom xác bạn bè nằm xuống không may!
"An Lộc địa sử ghi chiến tích này,
*Vị quốc vong thân anh hùng Biệt cách".**

Liên đoàn 3 Biệt động quân oanh liệt,
Với ba tiểu đoàn sát cánh bên nhau,
Cùng các anh chiến đấu thật gian lạo,
Sau ba tháng đánh tan quân cường địch.

Giờ ngồi đây nhớ bao nhiêu chiến tích,
Nhớ bạn bè nằm xuống cho quê hương,
Bình Long trong ta vẫn mãi kiên cường,
Trận chiến đã lừng danh trang quân sử.

Giờ ngồi đây nhớ bao nhiêu chiến tích,
Nhớ bạn bè nằm xuống cho quê hương,
Bình Long trong ta vẫn mãi kiên cường,
Trận chiến đã lừng danh trang quân sử.

* Thơ cô giáo Pha

Nhớ An Lộc 3

An Lộc địa sử ghi chiến tích
Biệt cách dù vị quốc vong thân
(Thơ cô giáo Pha)

Tháng Tư về nỗi nhớ gần,
Trong ta vẫn thấy đoàn quân kiêu hùng,
Tiến lên giải tỏa Bình Long,
Đánh tan nát bốn công trường địch quân.

Biệt cách cùng Biệt động quân,
Sư đoàn 5 với các anh Nhảy dù,
Đồi Đồng Long ta dựng cờ
Mười ngàn quả đạn pháo vô từng ngày!

Vẫn không nhụt chí người trai,
Giữ vững tay súng diệt loài cộng nô.
Chiến trường đẫm máu từng giờ
Xa Cam nơi ấy là mồ chôn tăng. (xe tăng)

Bình Long chiến thắng huy hoàng,
Đồi Đồng Long lại vẫy vùng cờ bay,
Bốn công trường địch phơi thây,
Bình Long giải tỏa cỏ cây cũng mừng.
Tay cầm tay mắt lệ mừng,
An Lộc quê mẹ tưng bừng hoan ca.
....

Bây giờ mỗi tháng tư qua,
Hồn Bình Long vẫn chưa nhòa trong tim.

Nhớ bạn!

Nhớ Phạm văn Hùy (61-68) khóa 4/68
Pháo binh sư đoàn 25 BB tử trận tháng 4-70

Vừa đóng quân nơi vùng hỏa tuyến,
Nghe tin mày chết trận Tây Ninh,
Tao thấy lệ trào trên khóe mắt,
Xót thương mày số phận mong manh.

Nhớ lại ngày xưa mình đi học.
Chung trường chung lớp mình có nhau,
Mày tính hiền khô như con gái,
Ai ngờ cũng có được tình đầu.

Trong lớp mày thường hay mơ mộng,
Suốt ngày cứ nói chuyện quê hương,
Mày thương hương lúa miền quê mẹ,
Ấp ủ trong lòng mộng gió sương.

Vừa xong trung học mày đi lính,
Bỏ lại sau lưng một cuộc tình,
Mày nói tao đi vì đất nước,
Giữ cho quê mẹ bớt điêu linh.

Rồi có những lần mày về phép,
Bọn tao vẫn mặc áo thư sinh,
Nghe mày kể chuyện đời quân ngũ,
Bảo vệ làng thôn sống yên bình.

Bẵng một thời gian cũng khá lâu,
Nghe mày đánh trận tận đâu đâu,
Dambe, Krek nghe xa lạ,
Hậu Nghĩa, Tây Ninh đến Gò Dầu,

Rồi đến lượt tao cũng bước đi,
Lên đường ra mãi chốn biên thùy,
Xếp áo thư sinh mang áo trận,
Vì thương quê mẹ có tiếc chi.

Tao đi chiến đấu chẳng bao lâu,
Tin mày ngã gục nơi tuyến đầu,
Riêng tao phận nước đành thua cuộc
Hận này nhớ mãi tháng Tư đau!

Bây giờ xứ lạ kiếp tha hương!
Vẫn nhớ ngày xưa dưới mái trường,
Nhớ những bạn bè thời thơ ấu,
Nhiều thằng đã chết cho quê hương!

Hôm nay về lại thăm trường cũ,
Thắp nén hương lòng nhớ bạn xưa,
Sân trường hoa phượng dường như khóc.
Nhớ đến bạn xưa mấy cho vừa.

Nhớ chiến y

Chiến y đó đã từ lâu không mặc!
Kể từ khi ta rời bỏ chiến trường!
Bao năm rồi ôm hận nhớ quê hương!
Dấu binh lửa vẫn còn trong ta mãi.

Những đêm mơ thấy bọn mình trở lại,
Chiến trường xưa còn in dấu đạn bom.
Những chàng trai chiến đấu thật hào hùng,
Mang tuổi trẻ hiến mình cho nước.

Bao chiến thắng dâng lên cho tổ quốc,
Nhiều xác thân nằm xuống để cờ bay,
Bạn cùng ta chiến đấu thật hăng say,
Vẫn ngạo nghễ trên đường cùng tiến bước.

Có ngờ đâu một ngày tan mộng ước!
Trên chiến trường ta bị trói đôi tay,
Bọn chúng ta đau đớn nhớ một ngày,
Chiến y cởi nghẹn ngào trong uất hận.

Bao năm qua một lần chưa hề mặc,
Chỉ ngắm nhìn và tiếc nuối từng đêm,
Áo hoa xưa vẫn trong tủ im lìm,
Chiến y đã tàn phai theo năm tháng.

Nhớ Đà Lạt

Nhớ Đà Lạt phố mù sương,
Những cơ mưa bụi vấn vương chân người,
Đường lên dốc nhỏ chơi vơi,
Nhớ đêm thủy tạ ta ngồi bên nhau.

Xa xa vọng tiếng kinh cầu,
Mắt em chợt sáng như sao trên trời,
Ngập ngừng hôn nhẹ bờ môi,
Nụ hôn đầu thấy chơi vơi trong lòng.

Đà Lạt ơi! Nhớ má hồng,
Nhớ ngày em bước theo chồng sang ngang!
Cho tim ta bỗng vỡ tan
Như trăm thác đổ theo hàng lệ rơi!

Để rồi từ dạo xa người,
Vẫy tay từ biệt núi đồi sau lưng,
Hàng thông đưa tiễn rưng rưng
Xa Đà Lạt với muôn vàn xót xa.

Thời gian tưởng đã nguôi ngoa,
Nhưng sao vẫn mãi trong ta nỗi buồn.

Nhớ hoài tháng Tư xưa!

Cũng chỉ vì tôi là người trong cuộc,
Nên nhớ hoài ngày cuối tháng Tư xưa,
Ngày đau thương đã tràn ngập cõi bờ!
Ngày buông súng ngày uất hờn sông núi!

Ngày đất nước đã gom về một mối,
Mối ngục tù mối mất hết tự do!
Ngày nước tôi đã bị bọn cộng nô,
Xóa tất cả những gì cao quý nhất.

Ngày biết bao gia đình nuôi uất hận!
Người tha hương người tù ngục rừng sâu!
Bao tháng Tư đất nước vẫn một màu,
Màu u ám đang phủ trùm khắp lối!

Dân tộc tôi vẫn sống trong tăm tối!
Vẫn còn lưng một nắng với hai sương,
Vẫn quanh năm chống chỏi với tai ương!
Bị đày đọa bởi cường hào kiểu mới.

Chúng chiếm đất của dân oan vô tội!
Chúng cam tâm dâng biển đất cho Tàu,
Cấm dân mình bầy tỏ nỗi ơn sâu.
Với chiến sĩ bỏ mình vì tổ quốc.

Cũng chỉ vì tôi là người trong cuộc,
Nhớ mùa hè đỏ lửa tháng Tư xưa.
Quảng trị quân ta anh dũng dựng cờ.
Trận An Lộc, Kon tum ghi chiến tích.

Tôi vẫn nhớ những tướng quân bách chiến.
Tháng Tư đen về họ đã cùng nhau.
Chết theo thành chứ quyết chẳng chịu đầu!
Tên tuổi mãi như những vì sao sáng.

Những tháng Tư qua dần theo năm tháng,
Tôi còn đây lòng thẹn với non sông.
Nỗi đau xưa vẫn nung nấu trong lòng.
Vẫn nhớ mãi vì tôi người trong cuộc.

Nguyễn Ngọc Trân | **173**

Nhớ hoài Xuân cũ

Nhớ mùa Xuân cũ én tung trời,
Mai đào đua sắc khắp mọi nơi,
Đàn em vui mặc quần áo mới,
Nhà nhà trang trí đón Xuân vui.

Ngày xưa khi đón chúa Xuân sang,
Dù trong khói lửa đang lan tràn!
Chiến tranh đau khổ trên non nước,
Vẫn gượng vui với cánh mai vàng.

Rồi một mùa Xuân ta lên đường,
Vững một niềm tin giữ quê hương,
Sách đèn bỏ lại vì sông núi,
Mang Xuân vui đến khắp phố phường.

Có những chiều Xuân nơi tiền đồn,
Xuân về khói súng thay trầm hương,
Hỏa châu soi sáng đêm trừ tịch,
Nghe lòng tha thiết nhớ người thương.

Ta nhớ mùa Xuân tàn chiến tranh,
Giữ quê giấc mộng đã không thành!
Những Xuân tù ngục trong rừng cấm!
Đón Xuân lòng chỉ thấy buồn tênh.

Những mùa Xuân vẫn nối tiếp nhau,
Mỗi năm Xuân đến thêm bạc đầu!
Xứ lạ chạnh lòng thương đất mẹ!
Bao mùa Xuân vẫn lắm thương đau!

Mau quá mùa Xuân lại đến rồi,
Mà sao quê mẹ vẫn xa xôi!
Đón Xuân xứ lạ buồn tê tái!
Nhớ về đất mẹ mãi khôn nguôi.

Nhớ Hoàng Sa

Hoàng Sa, Hoàng Sa, Hoàng Sa ơi!
Vẫn nghe như sóng biển gọi mời.
bốn mươi năm mất vào tay giặc,
Biển hờn sóng vỗ mãi khôn nguôi!

Hoàng Sa, Hoàng Sa, Hoàng Sa ơi!
Niềm đau ngày ấy vẫn chưa nguôi!
Biển đảo cha ông gìn giữ mãi.
Giờ đây giặc đã chiếm mất rồi!

Hoàng Sa, Hoàng Sa, Hoàng Sa ơi!
Tên anh ngời sáng đến muôn đời,
Theo gót tiền nhân anh giữ nước,
Ngụy văn Thà cùng chiến hữu tôi

Hoàng Sa, Hoàng Sa, Hoàng Sa ơi!
Tim ta uất nghẹn chẳng thành lời!
Hồn thiêng sông núi xin chứng giám,
Đứng dậy đi thôi toàn dân ơi.

Lời thơ như một nén hương lòng,
Thắp lên tưởng nhớ các anh hùng.
Giữ đảo thân vùi chôn đáy biển!
Nhưng anh linh tỏa sáng non sông.

Nhớ Huế

Huế ơi! Ta nhớ muôn đời!
Bài ca ai hát bồi hồi lòng ta.
Nhớ về Huế đã rất xa
Nhớ Kim Long với bao tà áo bay.

Tóc thề ai chấm ngang vai
Che nghiêng vành nón cho dài nhớ thương.
Nhớ thuyền nhớ bến sông Hương
Giọng hò mái đẩy vấn vương nỗi sầu!

Ngày đi lỗi hẹn cùng nhau
Ngày về ta biết tìm đâu bóng người?
Đường xưa lá thẫn thờ rơi
Lời thề thôn Vỹ chưa nguôi trong lòng

Vân Lâu bến đợi còn không??
Nội thành đường cũ vẫn mong dáng người.
Đâu ngờ giây phút chia phôi
Là thôi ta đã nửa đời mất nhau!

Chiến y bỏ lại từ lâu
Chợt như sống lại thuở nào trong ta.
Đâu đây giọng hát thiết tha
Ngàn năm nhớ Huế bài ca não nùng.

Nhớ mẹ!

Cứ mỗi năm đến ngày của mẹ,
Là lòng con lại nhớ đến người,
Bao năm con vẫn ngậm ngùi,
Thương về mẹ vẫn đơn côi quê nhà.

Con vẫn nhớ lúc xưa còn bé,
Lớn lên trong sữa mẹ hiền hòa,
Thương con lòng mẹ bao la,
Ru con giọng hát đậm đà tình quê.

Rồi đất Bắc sa vào tay giặc,
Tìm tự do đành phải tha hương,
Lìa xa đất tổ thân thương,
Mẹ cha dắt díu tìm đường vào Nam.

Tuy xa lạ vẫn là đất nước,
Mẹ cùng cha xây dựng từ đầu,
Để rồi chiến cuộc lan mau,
Giữ quê con phải đi vào gió sương.

Nhớ thương con xông pha chiến đấu,
Tuổi chưa cao tóc mẹ bạc màu,
Từng đêm mẹ vẫn nguyện cầu,
Bình yên hết giặc con mau trở về.

Ngày đất nước tàn cơn binh lửa,
Bao đau thương bởi lũ hung tàn,
Bao gia đình phải ly tan
Tiễn con đi mẹ hai hàng lệ rơi!

Thương những con xa xôi xứ lạ,
Mẹ đêm ngày chờ đợi ngóng trông,
Con giờ xa cách ngàn trùng,
Ngóng về quê mẹ trong lòng nhớ thương.

"Mẹ già một nắng hai sương
Câu ru của mẹ vấn vương muôn đời".

Nhớ mùa Giáng sinh xưa!

Lại một Noel nữa!
Nhớ mùa Giáng sinh xưa,
Ta cùng nhau dìu bước,
Đi lễ đêm nhà thờ.

Em mặc tà áo tím,
Nhẹ bước đi bên nhau,
Ngước nhìn lên thánh giá,
Sáng ngời tháp chuông cao.

Bên nhau em nguyện cầu,
Cho hai đứa gần nhau.
Lời cầu kinh khe khẽ,
Anh nghe lòng xuyến xao.

Sau mùa Noel đó
Anh lên đường tòng quân,
Mang theo bao kỷ niệm
Màu áo tím người thương.

Rồi mấy mùa đông qua,
Anh lính trận xa nhà.
Đêm mừng sinh nhật Chúa,
Nhớ về em thiết tha!

Đêm mừng sinh nhật Chúa,
Anh đóng quân tuyến đầu.
Nhìn hỏa châu soi sáng
Anh khe khẽ nguyện cầu.

Dù anh người ngoại đạo,
Vẫn tin Chúa nhiệm mầu.
Cầu xin Ngài ban phước,
Cho chiến tranh qua mau.

Nguyễn Ngọc Trân | **181**

Cho chiến tranh qua mau.
Quê mẹ thôi hận sầu,
Cho bình an dưới thế,
Cho chúng mình bên nhau.

Một hôm nơi tuyến đầu,
Được tin bỗng nghẹn ngào,
Em ngàn thu vĩnh biệt!
Anh khóc mối duyên đầu.

Em đi sao quá vội?
Tuổi hồng vừa xinh tươi.
Cho ngàn thu áo tím.
Anh nhớ mãi một người!

Nửa đời anh còn lại,
Vẫn nhớ Giáng sinh xưa.
Đêm mừng sinh nhật Chúa,
Thương nhớ mấy cho vừa!

"Lại một Noel nữa,
Mấy mùa Giáng sinh rồi..."
Bài ca đêm mừng Chúa
Anh thấy lòng chơi vơi...!

Nguyễn Ngọc Trân | **183**

Nhớ mùa Phượng vỹ

Thời gian qua đã bao mùa phượng vỹ?
Anh giờ đây vẫn mãi cuối phương trời.
Nhớ trường xưa cùng bạn cũ xa xôi,
Mùa hè đến sân trường hoa rực rỡ.

Ngày chia tay phượng hồng như nức nở,
Tiễn người đi ra mãi chốn biên thùy,
Nhìn mắt ai hoen lệ buổi chia ly,
Nghe nhắc khẽ nhớ về thăm anh nhé.

Đến bây giờ đã bao mùa phượng vỹ?
Lời người xưa như còn thoảng bên tai,
Bao mùa phượng qua anh vẫn miệt mài,
Vẫn nhớ mãi ngày chia tay lưu luyến.

Đêm chiến tuyến nghe lòng mình xao xuyến,
Chiến trường kia đang chờ đợi bọn anh,
Giữ quê hương với tuổi mộng còn xanh,
Bỏ nhung nhớ sau lưng vì đất nước.

Rồi một ngày đã tan bao mộng ước,
Anh lang thang phiêu bạt cuối phương trời,
Đêm từng đêm vẫn nhớ chốn xa xôi,
Bao kỷ niệm vẫn còn trong anh mãi.

Thời gian trôi cứ xa dần xa mãi,
Hình bóng quê hương hình bóng người thương,
Cho lòng anh mang nặng nỗi sầu vương,
Vẫn theo mãi tận cuối đời còn lại.

Nguyễn Ngọc Trân | **185**

Nhớ mùa Xuân cũ!

Xứ lạnh quê người tuyết lại rơi!
Đón Xuân này nữa mấy Xuân rồi?
Lòng vẫn nhớ hoài mùa Xuân cũ,
Có nắng Xuân hồng khắp mọi nơi.

Lưng trời én nhạn báo Xuân về,
Đã thấy tưng bừng khắp nẻo quê.
Đây đó mừng vui vang tiếng pháo,
Mai Đào khoe sắc Cúc xum xuê.

Hương Xuân bay tỏa khắp không gian,
Khúc nhạc mừng Xuân điệu nhịp nhàng.
Vui tết gái Xuân khoe áo mới,
Hồng tươi đôi má đón Xuân sang.

Xuân đến không quên nhớ đến ai,
Trong mùa chinh chiến tháng năm dài.
Đón Xuân vui tết bên rừng vắng,
Có những chàng trai vẫn miệt mài.

Giờ đây sống giữa xứ người,
Đón Xuân chỉ thấy tuyết rơi lạnh lùng.
Niềm tin vẫn giữ trong lòng
Hẹn ngày quê mẹ Xuân hồng hoan ca.

Nhớ người

Người thì xa mãi cuối phương trời,
Vòng tay yêu dấu đã xa xôi,
Mùa đông tuyết ngập tràn lối cũ!
Lặng lẽ nơi đây vẫn nhớ người.

Lặng lẽ nơi đây vẫn nhớ người,
Mùa đông băng giá ngập hồn tôi!
Người hỡi phương nào người có biết?
Bao mùa đông vẫn mãi xa người!

Lặng lẽ ngồi chờ năm mới sang,
Vần thơ xin chép một đôi hàng,
Chỉ vài giòng thôi ngươi có biết,
Nhớ người nỗi nhớ vẫn miên man.

Ta muốn ôm người trọn vòng tay,
Để cho nỗi nhớ bớt đong đầy,
Người ở nơi nào ngươi có biết,
Ta muốn ôm người trọn vòng tay.

Nhớ Nha Trang

Đã lâu rồi mình không về thăm,
Phố biển ngày xưa vẫn nhớ thầm!
Nha Trang giờ chắc là thay đổi?
Xa cách em rồi đã bao năm?

Vẫn nhớ người em đôi mắt nâu.
Tóc vờn gió biển buổi ban đầu,
Gặp nhau một thoáng rồi xa cách.
Cho lòng thổn thức mãi ngàn sau!

Đồng Đế tượng buồn đứng ngàn thu!
Có còn không hay đã phai mờ?
Em nằm xõa tóc chờ ai đó?
Hòn chồng xao xuyến mối tình thơ.

Nhớ lắm Nha Trang chiều cuối tuần.
Từng đoàn trai Hải Lục Không quân.
Tưng bừng phố xá chiều thứ Bảy.
Dìu bước người yêu giữa phố phường.

Dục Mỹ thao trường của ngày xưa.
Biết bao nỗi nhớ mấy cho vừa,
Nhiều đêm vẫn thấy từng nhịp bước.
Khúc hát quân hành vang trong mơ.

Nhớ lắm những ngày xưa Nha Trang.
Cát trắng cùng con sóng nhịp nhàng,
Vẫn mãi thương hoài em phố biển.
Kỷ niệm năm nào với Nha Trang.

Nhớ Phượng xưa

Nhìn áo trắng với cành hoa phượng đỏ,
Tuổi học trò lại chợt đến trong tôi,
Ba tháng hè lòng sao thấy chơi vơi,
Ngày tạm biệt thầy cô cùng bạn hữu.

Ta nhớ mãi ngày lên đường chiến đấu,
Từ giã bạn bè cùng mái trường xưa,
Hôm tiễn đưa nhìn ánh mắt ngây thơ,
Ta chợt thấy bờ mi ai ngấn lệ.

Đời lính chiến hiểm nguy đâu dám nghĩ,
Tình yêu kia không dám ngỏ cùng ai.
Đường hành quân cùng năm tháng miệt mài,
Nên trường cũ người xưa càng xa mãi.

Ký ức năm nao hôm nay trở lại,
Khi nhìn hình áo trắng cánh phượng xưa,
Trong lòng mình lại chợt thấy ngẩn ngơ,
Mầu phượng vỹ với mắt buồn thuở trước.

Đôi chúng ta đã không tròn mơ ước,
Thấy thương nhiều cho lứa tuổi hoa niên,
Bạn bè ta trong thời buổi đao binh,
Vì đất nước bao chuyện tình dang dở.

Những người vợ đành làm thân cô phụ,
Tháng ngày buồn theo dõi bóng chinh nhân,
Hoặc có người đã quấn mảnh khăn tang,
Khóc số phận tuổi Xuân thành góa phụ.

Trưng Vương ơi những người em năm cũ,
Mùa phượng về giờ em ở nơi đâu?
Gia Long ơi phượng cũ đã phai màu
Tên trường cũ giờ chỉ là kỷ niệm.

Nguyễn Ngọc Trân | **191**

Nhớ Tăng Nhơn Phú

Tăng Nhơn Phú nhớ đêm nào ứng chiến,
Ngồi gác đêm trên lô cốt tuyến D,
Nhìn hỏa châu rơi chợt nhớ thương về,
Em gái nhỏ chắc giờ đang thao thức.

Ôm thép súng lòng anh đang mơ ước,
Mong cuối tuần hai đứa lại gặp nhau,
Hai mươi bốn giờ phép sao quá mau,
Làm sao đủ cho cạn niềm tâm sự,

Sao kể hết cho nhau bao nỗi nhớ!
Một tuần xa như một thế kỷ dài,
Kể nhau nghe bao mộng ước tương lai.
Anh tay súng xin giữ gìn quê mẹ,

Tăng nhơn Phú..thời gian qua rất lẹ.
Để bây giờ nhớ lại mái trường xưa,
Bao chàng trai ôm giấc mộng sông hồ.
Vì đất nước hiến thân cho tổ quốc,

Sát vai nhau chúng ta xây mộng ước,
Giữ quê hương cho đất mẹ thanh bình,
Cho dân lành thoát khỏi cảnh điêu linh.
Cho đất nước không còn quân giặc đỏ.

Tăng nhân Phú nhớ hoài ngày tháng cũ,
Bạn cùng ta vui nhịp bước quân hành,
"Khắp Bốn Phương Trời..." Những mái đầu xanh.
"Cư An Tư Nguy" xin thề giữ vững.

Đòi mẹ bồng con không làm chùn bước.
Chân cứng đá mềm cho mãi ngàn sau.
Các bạn tôi ơi xin nhớ lời chào.
"Hãy Đứng Dậy" một lần cho đất nước.

Bây giờ đây đã tàn bao mộng ước!
Vẫn nhớ hoài nhớ mãi mái trường xưa.
Nhiều đêm về trong giấc mộng vật vờ.
Vẫn thấy lửa Vũ Đình Trường rực sáng.

Nhớ tết Saigon

Nhớ quá Saigon đêm giao thừa,
Những mùa Xuân cũ của ngày xưa.
Khói hương nghi ngút bàn thờ tổ,
Tống cựu nghinh tân phút giao mùa.

Nhớ quá Saigon đêm giao thừa,
Pháo nổ mừng Xuân khắp mọi nhà.
Tiếng hát tưng bừng chào Xuân đến,
Hân hoan con cháu chúc ông bà.

Nhớ quá Saigon mồng một tết,
Pháo hoa đỏ thắm trước sân nhà.
Phố xá tưng bừng vui Xuân mới,
Đàn em khoe áo mới lượt là.

Nhớ quá Saigon mồng một tết
Đầu năm đi lễ hái lộc chùa.
Khói hương ngào ngạt bay trong gió,
Thầm nguyện Xuân vui khắp mọi nhà.

Nhớ quá Saigon ba ngày tết,
Mẹ dắt con mừng tuổi mọi nhà.
Hân hoan con được phong bì đỏ,
Đón tết mong ngày vui chớ qua.

Bây giờ đón tết xa quê nhà,
Giao thừa lạnh lẽo ngập hồn ta!
Xứ người đông đến Xuân nào thấy.
Vui tết mà sao mắt lệ nhòa!

Đã hơn nửa đời ta xa xứ.
Mỗi lần Xuân đến tuổi thêm già!
Nhớ những mùa Xuân Saigon cũ,
Ước mơ được đón tết quê nhà.

Ước mơ được đón tết quê nhà,
Không còn lũ cộng ở quê cha.
Vui tết ta cùng đàn con cháu,
Hát mừng khúc nhạc đón Xuân ca.

Nhớ tháng năm xưa

Lâu lắm từ ngày tàn cuộc chiến!
Nhiều đềm chuyện cũ vẫn hiện về,
Vẫn thấy bọn mình trong lửa đạn,
Chiến tranh nên chẳng hẹn ngày về.

Ba mươi năm lẻ sao nhanh quá!
Chuyện xưa mà cứ ngỡ hôm qua,
Nửa đời còn lại thân biệt xứ!
Vẫn nhớ vùng hành quân thiết tha

Những đêm ứng chiến vùng hỏa tuyến
Đêm đen nhìn ánh hỏa châu rơi,
Chợt thấy trong lòng mình xao xuyến
Nụ hôn vội vã lúc chia phôi.

Có những đêm về nghe pháo rót
Trong hầm nghe giọng hát chơi vơi
Từ máy phát thanh thương đời lính!
Cười vang bạn nói kệ cuộc đời.

Năm tháng miệt mài cùng chiến đấu,
Trong ta còn mãi mối tình đầu.
Bạn bè nhiều đứa vừa nằm xuống,
Thanh thản ra đi chẳng hận sầu.

Để rồi vận nước đành thua cuộc
Những tháng tư buồn vẫn trôi mau
Nhớ về quê mẹ lòng xao xuyến,
Buồn này cho đến mãi ngàn sau

Nguyễn Ngọc Trân | **197**

Nhớ và Mong

Nhớ lại ngày xưa mới ra trường,
Về đơn vị mới vẫn lơn tơn,
Ngày đầu nhận chức trung đội trưởng,
Đếm được mười tên thấy...hết hồn!

Trung đội vừa bằng tiểu đội thôi,
Bị thương và chết trận vừa rồi,
Chưa kịp bổ xung thêm lính mới,
Có bao nhiêu đánh bấy nhiêu thôi.

Anh trung đội phó thật là chì,
Đi lính lâu năm chẳng sợ chi,
Chỉ tôi kinh nghiệm vô cùng kỹ,
Lính tráng nhìn ai cũng thấy lỳ.

Những lần thay phiên đi kích đêm,
Cả toán đành thức giấc im lìm,
Mắt căng theo dõi tìm bóng giặc,
Một đêm hồi hộp mãi không quên.

Thầy trò đánh trận được mấy lần,
Trước lạ sau thành người rất thân,
Có lúc chia nhau từng điếu thuốc,
Cá khô gạo sấy cùng chung phần.

Có người số phận quá mong manh,
Hy sinh cho đất mẹ an lành!
Gạt lệ đành chào tay vĩnh biệt!
Thương người nằm xuống tóc còn xanh!

Nhớ lần đi nhận đơn vị mới,
Chén rượu ân cần tiễn đưa tôi,
Những người lính trẻ buồn trong mắt,
Thấy thương trong chén rượu chia phôi!

Hơn nửa đời giờ ngồi nhớ lại,
Buồn vui đời lính đã một thời,
Các người lính trẻ ngày xưa ấy,
Bây giờ tóc cũng bạc như vôi.

Có người đã vào miền miên viễn,
Có người ôm hận nước khôn nguôi!
Riêng ta mong lắm một ngày sẽ,
Gặp nhau trong những tiếng reo cười.

Nguyễn Ngọc Trân | **199**

Nhớ về một người lính mũ đỏ

Lời thơ của anh:

"... Mẹ tao muốn tao làm lính kiểng,
Lính kiểng châu thành lính phất phơ,
Tao muốn đời mình như cánh gió,
Ai đem nhốt gió được bao giờ..."
(Cố trung úy Dù: Lê Anh Thái)

Đọc thơ anh viết ngày xưa,
Thấy như trong gió
hoa dù đang bay,
Lời thề
trường mẹ còn đây,
Anh đi vì nước
hăng say diệt thù,

Xá gì
một chút riêng tư,
Anh xem sinh tử
nhẹ như lông hồng.
Ra đi
anh chỉ ước mong,
Ngày mai quê mẹ
Xuân hồng hoan ca,

Anh về
vui với mẹ cha,
Cùng nhau sống
dưới mái nhà yên vui.
Nhưng tin về luống ngậm ngùi!
Cánh dù đã bọc
thây người hùng anh!

Giờ đây đọc lại thơ anh,
Lời thơ kiêu dũng
rạng danh lính dù!

Nhớ Xuân quê mẹ

Xuân này ta đã quá bảy mươi,
Cõi mộng dạo chơi hơn nửa đời,
Trông về đất mẹ Xuân đang đến,
Nhìn lại quê cha tết tới rồi.
Đất khách nửa đời còn biệt xứ,
Quê nhà một kiếp vẫn xa xôi.
Đón tết xứ người lòng trống vắng,
Mừng Xuân quê mẹ lệ đầy vơi.

Tranh Đinh Trường Chinh

Nhớ Xuân xưa

Ta lạc lõng mừng Xuân trên xứ lạ!
Không mai vàng khoe sắc đón Xuân sang.
Nhớ quê hương bao Xuân đến huy hoàng,
Tươi sắc thắm muôn hoa cùng khoe nhụy.

Ngày đầu Xuân gió mơi man rất nhẹ,
Én lưng trời bay lượn khắp không gian,
Nắng Xuân hồng hôn nhẹ tóc giai nhân,
Vang tiếng pháo đón chào mùa Xuân mới.

Khắp phố phường dập dìu đôi trai gái,
Đi lễ chùa cùng hái lộc đầu năm.
Quỳ bên nhau trong nghi ngút hương trầm,
Cùng khấn nguyện cho tình yêu tươi thắm.

Ta nhớ mãi những mùa Xuân nắng ấm,
Nơi tuyến đầu cùng bạn giữ quê hương,
Đón Xuân sang trong ước mộng bình thường,
Mong đất nước bình yên thôi lửa loạn.

Ta giờ đây nhìn mây trời ảm đạm,
Nơi xứ người tuyết trắng phủ mênh mông.
Đón Xuân sang buồn nặng trĩu trong lòng,
Thương nhớ lắm những mùa Xuân quê mẹ.

Đêm giao thừa chúc nhau trong ngấn lệ!
Ta tài hèn lòng thẹn với non sông,
Để giờ đây khi xa cách ngàn trùng,
Ta lại nhớ khi Xuân về đất mẹ.

Nguyễn Ngọc Trân | **205**

Nhớ Xuân

Cứ mỗi lần Xuân về trên đất mẹ,
Nơi xứ người ngồi nhớ lại tuổi thơ.
Đón Xuân sang lòng nô nức mong chờ,
Ba ngày tết tưng bừng khoe áo mới.

Ngày giáp tết chợ hoa bầy ngập lối,
Nào hoa vàng khoe sắc thắm xinh tươi.
Kìa lung linh hoa cúc đẹp rạng ngời,
Những chậu quất xum xuê đầy trái chín.

Đêm chợ tết đèn hoa giăng kín mít,
Theo sóng người đi dạo chợ du Xuân.
Nơi quầy hàng vang khúc nhạc mừng Xuân,
Những phong pháo đỏ hồng như chào đón .

Lòng tươi vui nụ cười trên khóe mắt,
Vui câu chào hẹn gặp đón Xuân sang.
Đón giao thừa nhà nghi nghút khói nhang,
Bàn thờ tổ bày hương hoa ngũ quả.

Tiếng pháo vang nổ dòn ngoài đầu ngõ,
Lòng rộn ràng chờ đón phút giao mùa.
Từ cụ già cho đến những em thơ,
Vui hớn hở đón chào mùa Xuân mới.

Thời gian qua Xuân đi rồi lại tới,
Mỗi Xuân về lại nhớ những Xuân xưa.
Tuổi thơ qua mau quá có ai ngờ,
Xuân vẫn thế nhưng tuổi thơ đã mất.

Bây giờ đón Xuân về trên đất khách,
Lòng bồi hồi như lúc tuổi còn thơ.
Xuân ơi Xuân ta vẫn mãi đợi chờ,
Ngày Xuân ấm tưng bừng trên đất mẹ.

Nguyễn Ngọc Trân | **207**

Những Giáng sinh trong tù

Đêm mừng chúa Giáng sinh trong rừng vắng!
Cùng bạn tù lạnh lẽo giữa đêm thâu!
Chung quanh ta không một tiếng kinh cầu,
Lòng chợt nhớ những giáng sinh năm cũ

Quê mẹ ơi giờ đã không còn nữa!
Những năm xưa nơi gác giặc tiền đồn,
Mừng Giáng sinh tay súng giữ quê hương,
Cho đêm lạnh dân đón mừng thánh lễ.
Đêm hôm nay nơi rừng sâu quạnh quẽ!

Thân tù đày nào biết sẽ ra sao?
Giáng sinh buồn bao tiếc nuối nghẹn ngào!
Ngồi lạnh lẽo co ro quanh bếp lửa.
Đêm mừng chúa bên tro tàn bếp lửa,

Bọn vô thần cấm cầu nguyện nửa đêm,
Các bạn tôi ngoan đạo vẫn âm thầm,
Đêm mừng chúa vẫn cầu kinh khe khẽ.
Bao Giáng sinh buồn trong đêm thánh lễ!

Nhìn không gian lấp lánh những vì sao,
Vinh danh người ở giữa chốn trời cao,
Cho nhân thế bình an người tâm thiện.
Dù ngoại đạo con tin người hiện diện.

Những mùa Xuân của tôi

Ta ngồi đón Xuân về trên đất lạ
Nơi xứ người Tết đến có gì vui?
Chung quanh ta hoa tuyết bay khắp trời,
Ngồi ngắm tuyết nhớ mai vàng Xuân cũ.

Tuổi thơ ngây đón Xuân về ngoài ngõ,
Cùng mẹ già đi hái lộc đầu năm,
Ngắm đàn em đôi má thắm Xuân hồng,
Ba ngày Tết tung tăng khoe áo mới.

Những mùa Xuân theo nhau qua rất vội.
Xuân loạn ly ta cất bước lên đường,
Từ giã thầy cô, bạn hữu, mái trường.
Vùng lửa đạn đang chờ ta phía trước.

Đón Xuân sang bạn cùng ta mơ ước.
Mùa Xuân sau đất mẹ sẽ thanh bình,
Quê hương mình thôi hết cảnh điêu linh,
Ta trở lại mái trường xưa yêu dấu.

Nào ngờ đâu một mùa Xuân rướm máu!
Ta ngậm ngùi đành súng gãy gươm buông!
Nửa giang sơn đã bị bọn bạo cường!
Gom tất cả đau thương vào một mối!

Những mùa Xuân sau tràn đầy bóng tối,
Đón Xuân buồn trong những trại kiên giam.
Tuổi thanh Xuân bỗng chốc bị hao mòn,
Tim rực lửa nhưng đầu xanh đã bạc.

Rồi thời gian qua nhanh như gió thoảng,
Xuân lại về ta lại đón Xuân sang,
Nơi xứ người mừng Tết lệ tuôn tràn!
Xuân quê mẹ vẫn còn bao oan trái!

Bao Xuân đến trên quê hương vẫn vậy,
Vẫn lầm than nghèo đói chẳng mùa Xuân.
Nhìn quê hương với biển đảo mất dần,
Những em gái bán thân ra ngoại quốc.

Đón Xuân về ta cầu mong đất nước,
Sớm xua tan bao bóng tối kinh hoàng.
Cho dân mình sẽ thôi hết lầm than,
Được chung hưởng những mùa Xuân no ấm.

Những ngày tháng cũ

Ta gói trọn những năm dài tháng cũ
Những vui buồn đời quân ngũ xa xưa.
Chuyện hành quân thường thấy những đêm mơ
Vung thép súng reo hò mừng chiến thắng.

Trong đêm đen nhìn hỏa châu thắp sáng
Thầm nguyện cầu cho đất mẹ bình yên.
Cho em thơ được giấc ngủ ngoan hiền,
Cho lính chiến giã từ đời sương gió.

Thương về em với muôn ngàn nỗi nhớ
Thuở học trò lòng trong trắng thơ ngây.
Dìu bước nhau dưới ngàn lá me bay
Hoa phượng nở cho tươi làn môi thắm.

Cho ngây ngất lòng anh thêm say đắm
Tuổi hẹn hò ngày tháng vụt qua nhanh.
Khoác chiến y theo nhịp bước quân hành
Em gái nhỏ ôm sầu trong nhung nhớ!

Ta vẫn nhớ đêm hoa đăng rực rỡ
Vũ Đình trường thề giữ vững quê hương.
Chia tay nhau mai ta lại lên đường
Đời lính trận làm sao mà quên được.

Ta gói trọn biết bao nhiêu mơ ước
Nên giờ đây sầu nặng trĩu bên lòng.
Nhớ quê nhà lòng thẹn với non sông
Ôm tủi nhục xứ người ai hay biết?

Những ngày tù!

Bởi vì vận nước đành thua cuộc!
Cởi áo chinh nhân khoác áo tù,
Lòng ta ôm mối hờn vong quốc,
Ngay tại quê nhà hận ngàn thu.

Tháng năm tù mãi tận phương xa,
Rừng sâu xa cách chốn quê nhà,
"Khắc phục" quay về thời đồ đá,
Rau trái rừng thiêng nuôi sống ta.

Ta nhớ quê nhà tím ruột gan,
Trong tù ám ảnh nỗi kinh hoàng,
Đói cơm lạnh áo ta không sợ,
Chỉ sợ gia đình bị nghiệt oan.

Bọn chúng huênh hoang chửi mỗi ngày,
"Chúng mày lính ngụy bọn tay sai,
Nếu không có đảng thì tao đã,
Mang bọn bay ra bắn cả bầy".

Ta cười mặc kệ bỏ ngoài tai,
Chúng tao đâu lạ gì bọn mày,
Bàn cờ quốc tế tao thua cuộc,
Bọn mày muốn giết cứ ra tay.

Bọn mày thờ chủ nghĩa ngoại lai,
Tố cha, tố mẹ, tố luôn thầy,
Tam vô là câu kinh nhật tụng,
Dân chúng oán hờn bay có hay?

Một ngày trong tù tựa ngàn thu,
Áo quần rách rưới ăn không no,
Từng đêm nhớ lại thời chinh chiến,
Vẫn thấy hiên ngang dưới bóng cờ.

Bạn tù nhiều đứa vừa nằm xuống!
Thân xác vùi chôn bên cạnh rừng,
Không nén nhang không người đưa tiễn
Vài tên đào huyệt lệ rưng rưng.

Rồi có một ngày ta ra tù,
Thân mình nào có được như xưa,
Cằn cỗi già nua theo năm tháng
Lòng cũng chai lỳ lệ đã khô.

Góc phố rêu xanh đã phủ mờ,
Ta về thành phố ngỡ như mơ,
Đìu hiu phố chợ người xa vắng,
Ủ rũ hàng me vẫn ngóng chờ.

Phố buồn như một bãi tha ma,
Nhà nhà cờ đỏ tựa máu pha,
Lòng ta thổn thức niềm uất hận,
Nhớ bóng cờ vàng nhớ thiết tha.

Nỗi buồn bất tận

Rồi một ngày tàn theo cơn mộng ước!
Nợ tang bồng đã gẫy gánh từ đây,
Vì vận nước anh mang kiếp tù đày!
Không oán trách phận làm trai đã trọn.

Chỉ thương em cùng mẹ cha héo mọn,
Ngóng trông anh bao năm tháng biệt tin.
Và nguyện cầu cho anh được yên bình,
Nơi quê cũ em vững lòng chờ đợi.

Những tháng ngày nơi rừng sâu tù tội,
Đêm từng đêm vẫn nhớ bước quân hành,
Trong lòng anh bao nỗi hận vây quanh,
Nhìn đất nước tả tơi theo năm tháng.

Bao chiến dịch là bấy nhiêu chiến thắng,
Từ Kontum Quảng Trị đến Bình Long,
Bạn và anh đã chiến đấu hết lòng,
Để bảo vệ dân lành cùng ruộng lúa.

Có ngờ đâu một ngày tàn binh lửa,
Đất nước gom về một mối đau thương,
Vì thế cờ anh phải súng gươm buông,
Vẫn kiêu dũng trong nỗi buồn thua cuộc.

Mẹ Việt ơi chúng con đành bội ước,
Lời thề xưa giữ nước đã không thành!
Nên giờ đây giữa nơi chốn rừng xanh,
Lòng u uất và nỗi buồn bất tận!

Nguyễn Ngọc Trân | **217**

Nỗi nhớ

Ngày chia tay anh mang theo nỗi nhớ,
Con sông buồn vẫn còn mãi trong tim,
Dòng đời trôi tất cả vẫn im lìm,
Nhưng nỗi nhớ dâng trào như sóng vỗ.

Em bên ấy mưa buồn rơi ngoài ngõ,
Anh bên này tuyết lạnh buốt con tim!
Bao đông qua xơ xác lá bên thềm,
Sợi tóc cũng bạc phai theo ngày tháng!

Vẫn quay quắt trong cô đơn trống vắng,
Bao lần về tìm mãi chẳng gặp nhau
Sân trường xưa hàng phượng vẫn khoe màu,
Nhưng lối cũ bóng người đâu chẳng thấy?

Em yêu ơi thời hoa niên vụng dại,
Tận cõi lòng nỗi nhớ vẫn mông mênh,
Tháng ngày qua đời trống vắng buồn tênh,
Chỉ mong thấy trong mơ mình hai đứa.

Phải chi

Phải chi có em ngồi bên cạnh,
Anh sẽ ôm em sát vào lòng,
Cho thỏa những ngày mình xa cách,
Và những đêm dài ôm nhớ nhung.

Phải chi ta gặp nhau ngày trước.
Cái thuở mình không thuộc về ai,
Anh sẽ cùng em xây mộng ước,
Dìu bước nhau trên quãng đường dài.

Phải chi những đêm dài trong mộng,
Người đến bên anh sẽ là em.
Tâm sự thâu đêm tròn giấc mộng,
Cùng kể nhau nghe vạn nỗi niềm.

Phải chi chỉ là mơ ước thôi!
Gặp nhau giờ đã quá nửa đời,
Tiếc nuối cho nhau sao quá muộn!
Phải chi??? Sao hỏi mãi người ơi!

Nguyễn Ngọc Trân | **219**

Phận gái Việt Nam

Đất nước tôi những người con gái nhỏ,
Tuổi thơ ngây đôi tám thật dại khờ,
Em lớn lên trong câu hát giọng hò,
Của ruộng lúa của làng thôn chất phác.

Tuổi thơ em thơm hương đồng bát ngát,
Tâm hồn em trong trắng chẳng âu lo,
Bỗng tai ương kéo đến thật bất ngờ.
Trời giông bão theo sau là lũ lụt.

Gia đình em bỗng trở nên sa sút!
Bỏ quê hương em lên chốn thị thành,
Nơi phồn hoa em tìm kiếm mưu sinh,
Để giúp đỡ cho cha già mẹ yếu!

Bỏ sân trường để lo tròn chữ hiếu,
Có ngờ đâu cạm bẫy đã giăng ngang!
Kiếp hồng nhan chịu nghiệt ngã giữa đàng!
Để thiên hạ mua vui trên thân xác!

Đọc tin em lòng tôi thêm tan nát!
Xót xa giùm cho số phận hồng nhan!
Lòng hờn căm oán hận bọn hung tàn,
Vì tiền bạc đã không còn nhân tính.

Chúng cùng với bọn chính quyền lừa phỉnh,
Dụ dỗ em đi mãi tận phương xa,
Rồi từ ngày em lìa bỏ quê cha,
Lòng đau đớn khi nhớ về đất mẹ!

Rồi từng đêm em âm thầm nhỏ lệ!
Đến bao giờ mới trở lại quê hương?
Em hỡi em mang số kiếp đoạn trường!
Bao oan nghiệt đè lên thân xác nhỏ.

Toàn dân ơi xin vùng lên đạp đổ
Bọn cầm quyền tàn ác với nhân dân,
Cùng chung tay đi cứu vớt các em,
Xin trả các em thương yêu ngày trước.

Nguyễn Ngọc Trân | **221**

Quà Xuân trong tù

Ta nhớ Xuân xưa nơi tiền đồn,
Mừng Xuân hoa nở khắp quê hương,
Hỏa châu soi sáng đêm trừ tịch,
Ta đón Xuân sang giữa chiến trường.

Rồi một mùa Xuân tàn chiến tranh,
Giữ quê giấc mộng đã không thành,
Gánh nợ giang sơn đành tan vỡ,
Lao tù chôn kín cả tuổi xanh.

Sáng nay chợt thấy mai rừng nở,
Mới biết Xuân về trên quê hương,
Nơi đây trại cấm trong rừng vắng,
Đón Xuân mắt chợt lệ rưng rưng!

Mở gói quà Xuân nhà mới gởi,
Sao nghe nồng ấm những thương yêu,
Gói sả mẹ vừa rang với muối,
Ăn vào con thấy bớt cô liêu.

Một gói muối mè thịt chà bông,
Gói cả yêu thương của tấm lòng.
Mẹ ơi! Con thấy mờ trong mắt,
Lòng mẹ bao la tựa biển Đông.

Vài dòng thư viết gởi cho anh,
Run run nét bút viết không thành,
Vẫn nhớ và yêu anh mãi mãi,
Sẽ đợi anh về đón mùa Xuân.

Ta bạn chia nhau điếu thuốc lào,
Quà Xuân tuy chẳng có là bao,
Nhưng cũng ấm lòng khi tết đến,
Xuân về chia sẻ một niềm đau.

Saigon xưa

Tôi đã lớn lên từ thành phố đó,
Saigon ơi bao nỗi nhớ trong tôi,
Dù giờ đây xa cách đã lâu rồi,
Vẫn sống lại nhiều đêm trong mộng mị.

Saigon xưa với tưng bừng phố thị
Những nôn nao chào đón chúa Xuân sang,
Muôn cánh hoa khoe hương sắc huy hoàng,
Mừng Xuân đến ngoài sân vang tiếng pháo.

Saigon xưa với ngôi trường yêu dấu,
Hoa phượng hồng báo hiệu giã từ nhau!
Ba tháng hè sao thấy quá dài lâu!
Trang lưu bút ghi bao tình bạn cũ.

Saigon xưa với bao nhiêu nỗi nhớ,
Bến Bạch Đằng rộn rã đón đưa nhau,
Trường Trưng Vương ghi dấu mối tình đầu,
Gia Long đã thay tên xa lạ quá!

Lê văn Duyệt nữ sinh chiều nắng hạ,
Chia tay em sau ngày phép cuối tuần!
Về quân trường trong nỗi nhớ bâng khuâng,
Khẽ hôn nhẹ mi ai đang đẫm lệ!

Saigon xưa với ánh đèn hoa lệ,
Những đêm về nhộn nhịp thú vui chơi,
Đường phố vui tấp nập bước chân người,
Lính về phép quên đi đời sương gió.

Saigon ơi trong ta bao nỗi nhớ!
Đến bao giờ tìm lại dấu yêu xưa?
Thời gian trôi nhanh quá có ai ngờ,
Đã xóa hết Saigon yêu dấu cũ!!!

Sao quên được

Nơi xứ lạ anh ngồi ôm dĩ vãng,
Nhớ về ai xa mãi tận cuối trời,
Ngày anh đi là cách biệt đôi nơi!
Vầng trăng khuyết tiễn anh từ dạo ấy.

Anh ra đi nửa vầng trăng còn lại,
Treo nghiêng trời lặng lẽ một mình em!
Vẫn cô đơn ôm gối lẻ bên thềm,
Và nhung nhớ cho đêm dài vô tận!

Hai đứa mình hai phương trời lận đận!
Nhớ về nhau nào có được gì đâu.
Nên bây giờ cho đến tận mai sau,
Vẫn nhớ mãi người ơi sao quên được.

Đôi ta đã không tròn câu hẹn ước!
Thời gian ơi sao vẫn mãi trôi mau?
Có còn chăng đơn lẻ một vì sao,
Vẫn dõi bóng một người trong đêm vắng.

Sinh nhật tặng quà

Sinh nhật tặng em một món quà,
Chẳng cần mua sắm ở đâu xa,
Món quà ngay sát bên em đó,
Là một nụ hôn thật đậm đà.

Sinh nhật tặng em một món quà.
Bài thơ thương mến thật thiết tha,
Vần thương vần nhớ đầy trang giấy,
Tình thơ xin mãi mãi mặn mà.

Ta đã xa rồi nhưng vẫn nhớ.

Ta đã xa rồi thuở kiếm cung,
Nhưng sao vẫn thấy nhớ vô cùng!
Những đêm ứng chiến trên đầu tuyến,
Sương xuống cho dầy thêm nhớ nhung.

Đời lính gian lao nhưng vẫn mơ,
Vẫn mộng cùng ai chuyện hẹn hò.
Những đêm trốn pháo trong hầm kín,
Vẫn thả hồn theo những vần thơ.

Có những trưa hè nắng cháy da,
Những chiều mưa khóc lính xa nhà.
Bùn đen đất đỏ pha màu áo,
Vẫn nhớ về em nơi phố xa.

Nhớ những lúc hành quân chiều thu,
Nhìn lá rơi thương mấy cho vừa,
Những trưa lội nước sình bì bõm,
Vẫn nhủ thầm em tan học chưa?

Ta đã xa rồi nhưng vẫn nhớ,
Bạn bè nằm xuống tuổi còn thơ.
Thân xác vùi chôn lòng đất mẹ.
Bình thản ra đi chẳng hận thù!

Ôi những ngày xưa đã trôi qua,
Nhưng trong ta không thể xóa nhòa,
Những đêm mộng mị hồn ta đã,
Mơ về chốn cũ xa rất xa.

Nguyễn Ngọc Trân | **229**

Tại chúng mình
ngày đó quá ngây ngô

Ngày hai buổi đôi ta cùng chung bước,
Sân trước vui quấn quýt tuổi ngây thơ,
Anh ngu ngơ còn em quá dại khờ,
Không dám nói cùng nhau câu hẹn ước.

Rồi một ngày vì quê hương đất nước,
Anh lên đường từ giã mái trường xưa!
Lòng vẫn thương vẫn nhớ mấy cho vừa,
Nhưng câm nín tình kia chưa dám ngỏ!

Đời lính chiến ngày càng xa thành phố,
Bước quân hành quên mất cả thời gian!
Một ngày nghe người đã bước sang ngang,
Anh thầm trách mình yêu sao không nói.

Thời gian trôi lạnh lùng qua rất vội!
Vẫn nhớ người vẫn nhớ những ngày xưa,
Tại chúng mình ngày đó quá ngây ngô?
Nên đã lỡ không cùng nhau chung bóng!

Có nhiều đêm tìm nhau trong giấc mộng,
Sân trường xưa lối cũ vẫn xôn xao,
Đón đưa nhau hoa Phượng hé môi chào,
Chợt tỉnh giấc ngậm ngùi vương vấn mãi.

Nguyễn Ngọc Trân | **231**

Tháng bảy mưa về
buồn trong nhung nhớ!

Em hỏi anh tháng bảy về có nhớ?
Mưa ngâu buồn khóc Chức Nữ Ngưu Lang!
Hay khóc đôi mình mộng đã dở dang?
Như bọt nước bong bóng mưa trước ngõ?

Anh ngồi đây vẫn còn ôm nỗi nhớ!
Không riêng gì tháng bảy có mưa ngâu,
Từng tháng qua lòng vẫn nặng mối sầu,
Nên nhớ mãi nhớ hoài ngày tháng cũ.

Ngày anh đi rời xa dần thành phố,
Đường quân hành vẫn nhớ dáng người xưa,
Từng đêm buồn ngồi đếm ánh sao thưa,
Hay lặng lẽ ngắm hỏa châu rực sáng.

Chiều tiền đồn nhìn mưa buồn hiu hắt,
Chiến tranh dài đốt cháy tuổi thanh Xuân.
Nhìn đau thương tang tóc trên quê mình,
Mãi chiến đấu anh quên lời hẹn ước!

Rồi một ngày đau buồn trên đất nước!
Anh bàng hoàng đau đớn súng gươm buông.
Thân tù đày trên khắp nẻo quê hương,
Tháng Bảy đến nhớ mưa ngâu năm cũ.

Bây giờ đây như chim trời xa xứ,
Hơn nửa đời vẫn nhớ mãi khôn nguôi!
Người xưa ơi người mãi tận cuối trời?
Cho anh gởi vần thơ cùng nỗi nhớ.

Tháng Tư buồn!

Cứ mỗi tháng Tư đến,
Lòng chợt se sắt buồn!
Nhớ tháng Tư năm trước,
Lòng vẫn còn vấn vương.

Tháng Tư hè đỏ lửa,
Ta tử thủ Bình Long,
Bạn ta cùng chiến đấu,
Cho Kontum kiêu hùng.

Trên cổ thành Quảng Trị,
Bạn chiến đấu hăng say,
Những khuôn mặt rạng rỡ.
Ngày thành phố cờ bay.

Bao tháng Tư nối tiếp,
Ta giữ vững quê hương,
Quê mẹ xanh màu lúa,
Em thơ vui đến trường.

Ai ngờ tháng Tư đen,
Bao nhiêu nỗi oan khiên,
Ta súng gươm bỏ lại,
Ôm nỗi buồn triền miên.

Đất nước tàn binh lửa,
Ta ôm hận hàng binh,
Ôi! bao nhiêu chiến thắng!
Một phút bỗng điêu linh.

Rồi kể từ ngày đó,
Quê hương tràn đau thương!
Đất mẹ ôm buồn tủi,
Bởi một lũ vô lương.

Ta ôm sầu viễn xứ!
Nhớ quê hương xa vời,
Mong một ngày trở lại,
Đất mẹ trọn niềm vui.

Nguyễn Ngọc Trân | **235**

Tháng Tư Đen

Tháng Tư Đen 43 năm về trước,
Ngày quê hương đã bị bọn cộng nô,
Hiệp định Paris nét mực chưa khô,
Chúng đã xé xua quân vào cưỡng chiếm.

Tháng Tư Đen người không màng nguy hiểm,
Bỏ quê hương vì hai chữ tự do.
Những tháng năm sau tránh bọn cộng nô,
Dùng thuyền nhỏ bao dân lành vượt biển!

Người ở lại với đau thương khôn xiết,
Kẻ sa cơ tù tội chốn rừng sâu,
Vợ thương chồng khóc mãi suốt đêm thâu,
Gia đình "ngụy" phải đi "kinh tế mới".

"Kinh tế mới" tiếng đầu môi chót lưỡi,
Chính là nơi địa ngục của trần gian!
Bọn cộng nô quá gian ác hung tàn,
Đẩy dân đến để chiếm nhà chiếm đất.

Tháng Tư Đen bao nỗi niềm uất hận,
Hơn nửa đời ta vẫn mãi còn đau.
Nhìn bạn bè ngày ấy lệ tuôn trào,
Đang chiến đấu phải đành buông tay súng!

Tháng tư đen nhớ bao người nằm xuống!
Những anh hùng đã vị quốc vong thân!
Chiến hữu tôi ơi! Khắp chốn xa gần,
Cùng mặc niệm tháng Tư ngày quốc hận.

Nguyễn Ngọc Trân | **237**

Tháng Tư vẫn nhớ về An Lộc

Tháng Tư vẫn nhớ về An Lộc,
Nhớ đồi Đồng Long nhớ bạn bè,
Bốn mươi năm chợt như giấc mộng,
Nhiều đêm chuyện cũ vẫn hiện về.

Tháng Tư vẫn nhớ về An Lộc,
Những ngày pháo giặc rót như mưa,
Thị trấn như chìm trong biển lửa,
Bạn bè nằm xuống chết bất ngờ!

Tháng Tư vẫn nhớ về An Lộc,
Tay súng trong tay quyết giữ cờ,
Bao lần chiếm lại nơi địch đóng,
Đồi gió mồ chôn xác giặc thù.

Tháng Tư vẫn nhớ về An Lộc,
Nhớ đường quốc lộ số mười ba,
Dân lành gục ngã khi chạy giặc,
Giặc giết em thơ lẫn mẹ già!

Tháng Tư vẫn nhớ về An Lộc,
Những nắm mồ chôn cất bạn bè,
Chẳng khói hương ấm hồn tử sĩ
Người đi chẳng hẹn được ngày về.

Tháng Tư vẫn nhớ về An Lộc,
Những ngày giải tỏa tỉnh Bình Long,
Xe tăng giặc chết nằm phơi xác,
Cờ vàng phất phới bạn cười vang.

Tháng Tư gom lại bao nỗi nhớ,
Tóc xanh giờ cũng đã thay màu,
Hơn nửa đời người thân biệt xứ,
Nhớ về quê mẹ một niềm đau.

Nguyễn Ngọc Trân | **239**

Tháng Tư vẫn tháng Tư buồn!

Tháng Tư lại tháng Tư buồn!
Bao năm sao cứ lông bông xứ người
Quê hương thì mãi xa vời!
Vẫn cay đắng vẫn ngậm ngùi nhớ thương.

Tóc xanh giờ đã pha sương,
Tháng Tư buồn mãi vấn vương trong lòng.
Giữ quê mộng đã không tròn.
Giữa đường súng gãy gươm buông ngỡ ngàng!

Bỗng dưng phút chốc tan hàng,
Đoàn quân tan nát bàng hoàng nỗi đau! Xứ người
ôm mãi nỗi sầu,
Quê nhà giờ chỉ một màu tang thương!
Tháng Tư vẫn tháng Tư buồn!

Tháng Tư về

Tháng Tư về lặng ngồi nghe biển khóc!
Hoàng Trường Sa giờ đã mất còn đâu
Bọn giặc Tàu cưỡng chiếm cả biển sâu
Dành chim cá cấm ngư dân đánh bắt.

Tháng Tư về không còn nghe biển hát!
Vì buồn thương cá chết trắng biển xanh!
Formosa xả thải hại dân lành.
Dân bốn tỉnh miền Trung đang đói khổ!

Tháng Tư về ngồi buồn nghe dân tố,
Ruộng đất bao đời công khó cha ông,
Bọn cường quyền chiếm đoạt quá bất công,
Còn đàn áp đánh dân lành, bắt bớ.

Tháng Tư về khóc buồn cho xứ sở,
Bị bọn Tàu nắm chóp lũ tham quan,
Đất thuê bao dài hạn khắp giang san,
Còn gì nữa hỡi rừng vàng biển bạc?

Nguyễn Ngọc Trân | **241**

Tháng Tư

Tháng Tư buồn ngồi nghe biển khóc,
Hoàng Trường sa giờ đã mất rồi!
Bao nhiêu năm giặc Tàu cưỡng chiếm,
Biển hờn sóng vỗ mãi không thôi.

Tháng Tư buồn ngồi nghe biển khóc!
Cá chết đầy bờ trắng biển xanh.
Bốn tỉnh miền Trung ngư dân khổ,
Formosa xả thải hại dân lành.

Tháng Tư buồn ngồi nghe dân khóc,
Ruộng đất bao đời của cha ông,
Bị bọn cường quyền đi chiếm đoạt,
Nước mình sao đầy rẫy bất công.

Tháng Tư buồn vẫn nhớ một thời,
Bạn bè một thưở tuổi đôi mươi,
Rời xa sách vở đi giữ nước,
Tử sinh mặc kệ cứ vui cười.

Tháng Tư về tôi lại ngậm ngùi,
Chuyện buồn ngày cũ vẫn chưa nguôi,
Thành mất tướng cùng quân tuẫn tiết!
Lưu danh hậu thế đến muôn đời.

Tháng Tư về tôi lại nguyện cầu,
Cầu cho quê mẹ bớt nỗi đau,
Bạo quyền rồi sẽ mau sụp đổ,
Tự do bác ái nối nhịp cầu.

Nguyễn Ngọc Trân | **243**

Thì em ơi lòng thanh thản sao đành

"... Nợ nước non tình anh đã trọn dành
Sống thư thái để lòng thanh thản nhé!..." (Khanh Trần)
Cám ơn em hỡi người em nhỏ bé,
Nhưng em ơi dù mộng đã tàn phai!

Trong lòng anh sao mãi vấn vương hoài!
Vẫn nhớ mãi nhớ hoài thời binh lửa,
Nhớ bạn bè nhiều tên không còn nữa!
Bao người trai đã vội xếp bút nghiên.

Bỏ sân trường cùng với các bạn hiền,
Đi bảo vệ tự do cho đất nước,
Mang tuổi Xuân với bao nhiêu mộng ước.
Để một ngày tàn tạ với thời gian.

Thằng phế nhân nhưng mộng cũ chưa tàn!
Thằng thân xác thấm vào lòng đất mẹ,
Còn lại anh vẫn hướng về quê mẹ,
Nhìn quê mình sao vẫn mãi khổ đau!

Hoàng Trường sa vào tay giặc từ lâu!
Thác Bản Giốc ải Nam Quan đã mất!
Bọn tay sai với giặc thù phương Bắc,
Đang ra tay đàn áp những dân lành.

Biết nói sao khi đất nước điêu linh!
Cho uất hận dâng trào như con sóng
Thời gian trôi cho lòng thêm cay đắng
Thì em ơi lòng thanh thản sao đành

Nguyễn Ngọc Trân | **245**

Thơ tôi thế đấy!

Có người bảo thơ tôi hay lập lại,
Chuyện ngày xưa những chuyện của chiến trường,
Rồi làm thơ khắc khoải với nhớ thương,
Cứ nhắc mãi nhắc hoài nghe phát chán!

Biết nói sao khi tôi cùng các bạn,
Rời mái trường lúc tuổi mộng đang xanh,
Từ biệt mẹ cha với ước vọng chưa thành
Cùng bạn hữu lên đường đi chiến đấu.

Đời chiến binh miệt mài trong giông bão,
Chỉ mong sao quê mẹ được yên bình,
Cho dân lành thoát khỏi cảnh điêu linh,
Và đất nước không còn quân giặc đỏ.

Nào ngờ đâu giữa đường đành tan vỡ
Tháng tư buồn áo trận súng gươm buông.
Nửa đời sau cam phận kiếp tha hương
Nên chuyện cũ không bao giờ quên được.

Thơ của tôi chuyện vui buồn thuở trước,
Tuổi học trò vụng dại với tình yêu.
Tuổi vào đời với mơ mộng thật nhiều,
Và tiếc nuối cho cuối đời còn lại!

Thơ của tôi ngậm ngùi người ở lại,
Những thương binh lầm lũi với thời gian!
Những mộ bia năm tháng đã phai tàn,
Cho người thấy sự trả thù nhơ nhuốc.

Thơ của tôi gọi người dân toàn quốc,
Hãy đứng lên chống lại bọn tham quan,
Và chung lưng chống bọn giặc hung tàn,
Lũ Tàu cộng cùng tay sai bán nước.

Tuổi trẻ tôi đã không tròn mơ ước
Thì xin đem tâm sự vụn vào thơ.
Xin đừng chê những ngớ ngẩn trong thơ,
Chỉ có thế thơ tôi là thế đấy!

Thôi nhé!

Thôi nhé người ơi đã muộn rồi!
Không cùng nhau cạn chén ly bôi,
Em đi mang nỗi niềm thương nhớ,
Anh về ngồi đếm lá thu rơi.

Nuối tiếc người ơi chuyện tình buồn.
Bao nhiêu kỷ niệm bao vấn vương,
Từ nay ôm mối sầu vạn cổ,
Đứng tiễn người đi giọt lệ buồn!

Vẫy tay chào người ta mất nhau.
Đường đời đôi ngã chung giọt sầu,
Anh về ôm nỗi lòng tan vỡ,
Chép lại bài thơ chuyện tình đầu!

Thu buồn 2

Thì thầm gió gọi nắng thu
Rừng phong lá cũng ngẩn ngơ thay màu.
Ngoài hiên hoa cúc xôn xao
Đón thu chợt thấy lòng nao nao buồn!

Chiều thu nhạt nắng hoàng hôn
Mây thu lờ lững nhẹ vương cuối trời.
Thu về buồn quá thu ơi
Nắng vàng ngoài ngõ sâu rơi trong lòng!

Mấy thu người vẫn chờ mong
Mấy thu ta vẫn âm thầm nhớ ai!
Ngày đi không kịp chia tay
Lời thề năm cũ chưa phai trong lòng.

Mấy thu ta vẫn ngóng trông
Mấy thu ta vẫn tha hương nhớ người!
Ngồi đây ngắm lá vàng rơi
Người ơi! Thôi đã nửa đời mất nhau!

Thu buồn 3

Mấy hôm nay vào thu trời trở lạnh
Ngoài sân buồn từng cánh lá vàng bay.
Nhớ thương ai lòng cứ vấn vương hoài
Cho nhung nhớ đêm về ôm gối mộng!

Người biết không ta yêu người say đắm
Dù biết rằng mình sẽ chẳng có nhau.
Dù biết rằng rồi sẽ vấn vương sầu
Nhưng trống vắng làm mình thêm nhung nhớ.

Hôm nay ngắm trời vào thu ngoài ngõ
Dệt vần thơ gởi đến người mình yêu.
Ngày cuối tuần lòng chợt thấy quạnh hiu
Thương nhớ lắm người ơi! người có biết?

Ta vẫn yêu vẫn yêu người tha thiết
Người biết không người hỡi, người biết không?
Nhìn thu về cánh lá rụng ngoài song
Lòng lại nhớ những mùa thu ngày trước.

Dưới lá vàng ta cùng nhau sánh bước
Dệt mộng đầu trong lứa tuổi hoa niên.
Rồi thu sau ta cất bước đăng trình
Vui sương gió không quên lời ước hẹn.

Bây giờ đây nhìn mùa thu lại đến
Mấy thu rồi ta nhớ mãi người ơi!
Người nơi nào hay chốn cũ xa xôi?
Có còn nhớ đến mùa thu năm cũ?

Nguyễn Ngọc Trân | **251**

Thư cho người yêu dấu!

Cám ơn em những ngày anh về phép,
Ta bên nhau với tất cả trái tim.
Dù ngày mai anh lại tựa cánh chim.
Bay đi mãi về phương trời xa thẳm.

Để mình em với cô đơn buồn thảm
Biết làm sao định mệnh đã an bài,
Nước mắt nào ướt đẫm lúc chia tay,
Cho xao xuyến cho lòng ta tan nát.

Ta bên nhau thời gian sao quá ngắn,
Chưa cùng nhau tâm sự trọn niềm vui.
Để rồi mai ta lại cách xa rồi,
Cho thương nhớ vẫn theo nhau mãi mãi!

Anh giờ đây cô đơn ngoài biên ải,
Ngắm mây trời anh lại nhớ về em,
Lòng vấn vương bao kỷ niệm êm đềm,
Và thầm ước một ngày tàn binh lửa.

Đời chinh nhân nên anh nào dám hứa,
Chuyện tử sinh ly biệt thật vô thường?
Nên em ơi thôi nhớ nhé đừng buồn,
Gắng vui sống đợi ngày mai tái ngộ.

Nguyễn Ngọc Trân | **253**

Thư em viết

Em yêu ơi những lá thư em viết
Nét chữ còn màu mực tím mong manh
Và theo anh trong những bước quân hành
Anh vẫn để trong ba lô ấp ủ

Đọc thư em với thương yêu ngày cũ
Nơi rừng sâu cho nỗi nhớ dài thêm
Nhớ về em trong giấc mộng êm đềm
Những lần phép với nụ hôn khao khát

Anh nhớ mãi bài tình ca em hát
Thương lính tiền đồn giọng hát mông mênh
Những đêm buồn với phiên gác buồn tênh
Phương trời ấy xin đừng buồn em nhé

Anh luôn nhớ về người yêu bé nhỏ
Phận làm trai anh không thể làm ngơ
Anh lên đường anh biết em không ngờ
Vì đất nước không còn tình riêng nữa

Anh mong sao một ngày tàn binh lửa
Mình cùng nhau những ngày tháng ấm êm
Bao ước mơ sẽ dệt mộng cùng em
Chuyện xa cách sẽ trở thành dĩ vãng

Đừng buồn nữa khi mình còn xa cách
Đường hành quân anh giữ kỷ niệm thôi
Những khi buồn và những lúc đơn côi
Thư em viết sẽ theo anh mãi mãi.

Thu gợi nhớ

Mùa Thu mùa của nhớ thương,
Cho nên lòng mãi vấn vương nhớ người.
Mỗi lần nhìn lá vàng rơi,
Giọt buồn nhỏ xuống tim tôi não nề.

Từ ngày người phụ ước thề,
Người đi Thu đến lối về đìu hiu
Còn mình tôi với cô liêu,
Vần thơ ngày trước cũng hiu hắt buồn.

Thu về từng giọt mưa tuôn,
Giọt sầu lại sới nỗi buồn trong tôi.
Đã bao lần lá vàng rơi
Thu về gợi nhớ trong tôi thu nào!

Thu nhớ

Nơi xứ người nhìn mùa Thu lại đến,
Trời se buồn hiu hắt giọt mưa thu,
Lá vàng rơi chợt nhớ những Thu xưa,
Ta dìu bước dưới hàng me thay lá.

Thời học sinh nghe lòng mình rộn rã,
Thưở yêu người với tất cả con tim,
Đi bên nhau mà sao vẫn im lìm?
Không dám nói nên lòng vương vấn mãi.

Rồi xa nhau đóng quân nơi biên ải,
Những mùa Thu lần lượt nhẹ qua mau,
Giữ quê hương vẫn nhớ chuyện ban đầu,
Sân trường cũ người nhớ chăng người hỡi?

Đọc thơ ai vòng tay ôm vẫn đợi,
Ta ngậm ngùi vì đã chẳng còn nhau.
Từng thu qua mưa vẫn nặng giọt sầu,
Cho nỗi nhớ đong đưa theo cánh lá.

Hai chúng ta đời đã chia đôi ngả,
Nhớ về nhau xin giữ chuyện ngày xưa,
Những mùa thu bao thương nhớ mong chờ,
Con đường cũ vẫn hoài trong ký ức..

Thuở ban đầu

Thuở ấy hai ta thường chung lối,
Khác trường nhưng mình vẫn có đôi,
Sau giờ tan học anh thường đón,
Tuổi thơ nào biết chuyện buồn vui.

Vẫn mãi cùng nhau với tháng ngày,
Tơ lòng vương vấn nào ai hay?
Từng đêm ngồi viết trang nhật ký,
Yêu người ta biết yêu từ đây!

Em vẫn thơ ngây tuổi mộng mơ,
Bên em anh lại quá dại khờ!
Bao lần muốn nói yêu em lắm,
Nhưng rồi không dám chỉ làm thơ!

Từ độ rời xa bạn cùng trường.
Dấn thân vào khói lửa quê hương
Trên khắp nẻo đường ra chiến trận,
Vẫn nhớ tuổi thơ nhớ mái trường.

Vẫn nhớ tuổi thơ nhớ mái trường,
Nhớ người em gái nhỏ tôi thương!
Nhớ màu phượng thắm sân trường cũ,
Nhớ những chiều mưa giữa phố phường.

Vẫn mãi theo ta khắp chiến trường,
Những chiều hiu hắt chốn biên cương.
Nhìn áng mây trôi về phố thị,
Lòng chợt bâng khuâng đến lạ thường.

Rồi thời gian qua tháng cùng ngày,
Nhớ người nỗi nhớ chẳng hề phai.
Từng đêm ứng chiến nhìn hỏa pháo,
Tình câm nên mãi vấn vương hoài!

Thời gian giờ đã quá nửa đời,
Ngồi buồn nhớ lại chuyện xa xôi.
Vẫn thấy trong lòng mình xao xuyến,
Cái thuở ban đầu mãi không nguôi.

Nguyễn Ngọc Trân | **259**

Thương lắm tuổi trẻ Hong Kong ơi

Thương lắm tuổi trẻ Hong Kong ơi,
Bạo quyền đàn áp thật tơi bời!
Dùi cui súng đạn cùng hóa chất,
Nhưng các em vẫn quyết chẳng lùi.

Thương lắm tuổi trẻ Hong Kong ơi,
Tôi buồn vì cái ác lên ngôi!
Cùng một giống nòi mà chúng đã,
Giết người tàn nhẫn quá đi thôi.

Thương lắm tuổi trẻ Hong Kong ơi,
Nhìn các em nước mắt tôi rơi,
Tự do dân chủ dù máu chảy!
Các em vẫn tranh đấu tuyệt vời.

Tôi thấy các em vẫn sáng ngời,
Nhìn qua đất nước Việt của tôi,
Bọn Tàu ngang ngược ngoài biển đảo,
Mà sao dân Việt vẫn vui chơi?

Tranh Đinh Trường Chinh

Thương về Huế xưa

Cố đô ơi! Lâu rồi không trở lại.
Nhớ thật nhiều nhưng biết nói sao đây?
Chốn xa xôi lòng vẫn vấn vương hoài
Em gái Huế với áo dài tha thướt.

Nhớ khi xưa ta cùng em sánh bước
Tà áo em quấn quýt áo hoa rừng.
Đường nội thành chiều nắng nhẹ vương vương
Nghiêng nón lá thẹn thùng em khẽ nói:

-Đến thăm em "mần răng" anh quá vội?
Anh hành quân ở mãi tận nơi "mô"?
Bến sông Hương em cứ mãi mong chờ
Anh không đến làm em buồn biết mấy!!!

Ôi tha thiết! Giọng buồn người em gái
Đến bây giờ nhớ mãi vẫn còn thương.
Bến Vân Lâu thao thức suốt đêm trường
Nghe khúc nhạc sầu thương giờ ly biệt!!!

Chiều hành quân anh nhớ em tha thiết!
Thời loạn ly sao biết được ngày mai
Rồi mất nhau trong những tháng năm dài
Nơi xứ lạ anh mang sầu viễn xứ!!!!

Đêm từng đêm vẫn nhớ về Huế cũ
Nhớ Trường Tiền soi bóng nước sông Hương
Giọng hò ai tha thiết giữa đêm trường
Chùa Thiên Mụ tiếng chuông vang trong gió.

Đâu Bến Ngự thuyền ai gieo nỗi nhớ?
Vĩ Dạ buồn than thở điệu Nam Ai
Thoáng lời em như ru nhẹ bên tai
Anh nhớ nhé! Nhớ về thăm em nhé!

Ôi giọng nói nhẹ nhàng em gái Huế
Anh làm sao quên được hỡi em yêu!
Bây giờ đây khi lặng ngắm mây chiều
Anh lại nhớ lại thương về xứ Huế!

Tiền đồn

Tiền đồn gác giặc từng đêm,
Mưa chiều hiu hắt cho mềm nhớ thương,
Sương lưng đồi quyện vấn vương,
Sáng nhìn mây chở niềm thương cuối trời,

Hai mùa mưa nắng dần trôi,
Cho dài nhung nhớ về người em thơ,
Đêm nghe giọng hát hững hờ,
Thương người lính trận mịt mờ phương xa!

Ôm thép súng nhớ mẹ già,
Từng đêm cầu nguyện con xa yên bình,
Nơi đây gió núi mưa rừng,
Từng đêm vọng tiếng côn trùng hòa ca,

Ta giờ xa thật là xa,
Pháo đêm ru giấc mộng ta vật vờ,
Nhiều đêm gió lạnh sương mờ,
Trong hầm giọng hát ai ca bùi ngùi,

Nhớ về phố thị xa vời,
Thiếp trong giấc ngủ chơi vơi nỗi buồn.

Tin buồn chiến hữu

Đọc tin buồn chiến hữu ra đi!
Nước non chưa báo đáp được gì.
Thân tan xứ lạ hồn nương gió,
Về quê hương dưới bóng hoàng kỳ.

Đọc tin buồn chiến hữu ra đi!
Trần gian cõi tạm có tiếc gì?
Thân là cát bụi về cát bụi,
Hận sầu ân oán chẳng được chi.

Đọc tin buồn chiến hữu ra đi!
Vẫn biết rằng sinh ký tử quy,
Đời người một thoáng như cơn mộng,
Khanh tướng công hầu có ích chi?

Đọc tin buồn chiến hữu ra đi!
Nhớ xưa lúc trước biệt kinh kỳ,
Bây giờ đưa tiễn vào miên viễn,
Kính cẩn nghiêm chào lệ ướt mi!

Tình đã lỡ nhưng tơ lòng chưa dứt

Anh vẫn biết tình yêu mình đã lỡ!
Nhưng từng đêm nỗi nhớ vẫn khôn nguôi,
Người thì xa xa mãi tận cuối trời,
Cho thương nhớ hao gầy theo năm tháng.

Cuộc đời mình đã mang nhiều cay đắng,
Ấp ủ trong tim hoài bão tuổi thơ,
Ngày ra đi biền biệt có ai ngờ,
Mang mối hận đau thương cùng non nước.

Anh mang tiếng là một người bội ước,
Cung đàn xưa đã lỗi nhịp cùng em.
Nhưng em ơi ở mãi tận đáy tim,
Hình bóng cũ vẫn trong anh mãi mãi.

Vẫn trong anh bóng hình người em gái,
Dõi mắt trông chờ bóng dáng chinh nhân,
Vầng trăng xưa làm nỗi nhớ thêm gần,
Tình đã lỡ nhưng tơ lòng chưa dứt.

Tình muộn

Nhớ nhớ nhớ ôi nhớ sao là nhớ!
Bao lâu rồi ta đã chẳng bên nhau?
Để đêm nay ta uống cạn men sầu,
Men đã cạn mà sầu sao dâng mãi!

Lòng vẫn yêu như thuở còn vụng dại,
Người hững hờ chẳng biết tại vì sao?
Ta vẫn yêu vì lòng đã trót trao,
Dù tình muộn nhưng lòng nghe chưa muộn.

Nguyễn Ngọc Trân | **267**

Tình thơ và em

Khuya nay anh đi rồi,
Lặng nhìn em lệ rơi.
Buồn vương trong mắt biếc,
Cho thương nhớ lên ngôi!

Khuya nay ta xa rồi!
Hai đứa mình hai nơi,
Nơi tuyến đầu ngăn giặc,
Lòng vẫn nhớ một người.

Đêm nhìn hỏa châu rơi,
Nhớ về một phương trời,
Trưng Vương hoa mộng cũ,
Lòng chợt thấy chơi vơi.

Giờ anh cuối phương trời,
Nhớ về em xa xôi,
Bao giờ ta gặp lại?
Chỉ là mơ ước thôi.

Đã bao năm xa người,
Đếm từng mùa thu trôi,
Nơi phương trời xa ấy,
Vẫn in bóng một người.

Nguyễn Ngọc Trân | **269**

Toàn dân ơi! Xin hãy đứng lên

"Nam Quốc sơn hà nam đế cư..." (Lý Thường
Kiệt)
Trang sử ngàn năm chẳng phai mờ,
Bao lần xâm lược bao lần bại,
Bọn Tàu quên chuyện cũ rồi ư?

Cũng vì đảng Việt cộng vong nô,
Thờ Tàu cùng chủ nghĩa tam vô.
Nên chúng ỷ đông bèn lấn chiếm.
Biển đảo mất dần chúng làm ngơ.

Đảng hèn với giặc ác với dân,
Chúng cấm dân không được biểu tình.
Chỉ dám hô lên là "tàu lạ",
Mặc cho Tàu giết ngư dân mình.

Giặc Tàu cướp biển đảng nín thinh,
Phản đối qua loa muốn "hòa bình",
Vì sợ quan thầy không vừa ý.
Người phát ngôn chỉ nói loanh quanh.

Bây giờ Tàu ỷ thế đông người,
Xưa tàu ra dọa chiếm biển khơi.
Đem dàn khoan lấn vào hải phận,
Muốn chơi trò lấy thịt đè người?

Toàn dân ơi! Xin hãy đứng lên,
Dẹp quân xâm lược với bạo quyền.
Giữ vững đất đai cùng biển đảo,
Xứng danh con cháu của rồng tiên.

Tóc phai màu
chuyện cũ vẫn chưa phai

Tóc phai màu chuyện cũ vẫn chưa phai
Cho nên vẫn mơ hoài về chốn cũ
Ta xa nhau bởi vì đâu cách trở?
Một vầng trăng sao vẫn mãi chia đôi

Nửa vầng kia thương nhớ một phương trời
Nửa còn lại vấn vương hình bóng cũ!
Lá vàng rơi thu lại về ngoài ngõ
Tím hoàng hôn hồn trăn trở về đâu?

Mưa thu rơi mà ngỡ giọt mưa ngâu
Trăm nỗi nhớ như sông dồn biển nhớ,
Thời gian ơi đã bao mùa cách trở
Con sóng buồn vẫn dồn dập bờ thương!

Ta về đây lặng đứng ngắm phố phường,
Thấy xa lạ lạc loài như Từ Thức.
Hàng phượng cũ đang cùng ta thổn thức
Còn tìm đâu phố cũ bước chân quen?

Người xa rồi và chắc cũng đã quên?
Như thuyền cũ giờ xa rời bến vắng.
Giã từ chốn xưa lòng nghe mặn đắng
Tóc phai màu chuyện cũ vẫn chưa phai!

Tôi biết

Tôi biết từ đây hết đợi chờ!
Sầu thương tím ngắt cả vần thơ!
Có người con gái sang bên ấy.
Mang cả tình tôi với hững hờ!

Rồi một ngày mai pháo đỏ hồng.
Tiễn người con gái bước sang sông.
Vần thơ thương nhớ thôi không viết,
Để tả tình tôi em biết không?

Tôi biết ngày mai em vu qui.
Ngày vui em có nhớ nhung gì?
Riêng tôi lòng đã thành băng giá!
Từ lúc nhìn em cất bước đi.

Tôi biết ngày mai tôi chết đi,
Ngàn năm em có tiếc thương gì?
Vô tình em đã không còn nhớ,
Có người ôm một khối tình si!

Tôi là người trong cuộc

Cũng chỉ vì tôi là người trong cuộc,
Nên nhớ hoài ngày cuối tháng tư xưa,
Ngày đau thương đã tràn ngập cõi bờ!
Ngày buông súng ngày uất hờn sông núi!

Ngày đất nước đã gom về một mối,
Mối ngục tù mối mất hết tự do!
Ngày nước tôi đã bị bọn cộng nô,
Xóa tất cả những gì cao quý nhất.

Ngày biết bao gia đình nuôi uất hận!
Người tha hương người tù ngục rừng sâu!
Bao tháng tư đất nước vẫn một màu,
Màu u ám đang phủ trùm khắp lối!

Dân tộc tôi vẫn sống trong tăm tối!
Vẫn còng lưng một nắng với hai sương,
Vẫn quanh năm chống chỏi với tai ương!
Bị đày đọa bọn cường hào kiểu mới.

Chúng chiếm đất của dân oan vô tội!
Chúng cam tâm dâng biển đất cho Tàu,
Cấm dân mình bầy tỏ nỗi ơn sâu.
Với chiến sĩ bỏ mình vì tổ quốc.

Cũng chi vì tôi là người trong cuộc,
Vẫn nhớ hoài chiến thắng tháng tư xưa.
Quảng trị quân ta anh dũng dựng cờ.
Trận An Lộc Kontum ghi chiến tích.

Tôi vẫn nhớ những tướng quân bách chiến.
Tháng tư đen về họ đã cùng nhau.
Chết theo thành chứ quyết không đầu!
Tên tuổi mãi sống hoài theo năm tháng.

Những tháng Tư qua dần theo năm tháng,
Ta còn đây lòng thẹn với non sông.
Nỗi đau xưa vẫn nung nấu trong lòng.
Vẫn nhớ mãi vì tôi người trong cuộc.

Nguyễn Ngọc Trân | **275**

Tôi viết bài thơ tặng một người

Tôi viết bài thơ tặng một người,
Chưa vơi tâm sự đã chia phôi!
Ngày đi lặng lẽ không từ giã,
Nhỏ lệ âm thầm thương nhớ thôi.

Rồi những chiều thu nắng úa vàng,
Lặng nhìn lá rụng buồn mênh mang,
Người ơi! Thu lại mang sầu đến,
Nhớ bóng hình ai xa ngút ngàn.

Một lần để nhớ mãi một đời,
Nụ hôn như còn đọng trên môi,
Cho lòng vương vấn tim xao xuyến,
Mãi mãi trong ta một bóng người.

Tôi viết bài thơ tặng một người,
Cuối trời người có hiểu giùm tôi?
Bao nhiêu kỷ niệm bao nhung nhớ,
Vẫn mãi trong tôi một bóng người.

Trang thơ cũ

Hôm nay đọc lại trang thơ cũ,
Chợt thấy buồn dâng ngập cõi lòng!
Người ở nơi nào người có biết?
Trong ta tình có cũng như không.

Bao năm xa vắng người đi biệt.
Bỏ lại sau lưng những hẹn thề.
Ta vẫn còn đây bao kỷ niệm,
Mong lắm người ơi một ngày về.

Dù biết đời ta chẳng có nhau.
Vẫn mãi trong ta chuyện ban đầu,
Để từng đêm đến lòng thổn thức
Lệ tràn cho đến mãi ngàn sau!

Đời vẫn trôi qua theo tháng ngày!
Đếm buồn theo những áng mây bay.
Nhìn lại quanh ta sao trống vắng,
Lạnh lùng như ngọn gió heo may!

Hôm nay đọc lại trang thơ cũ,
Để nhớ để thươngmãi một thời,
Người ở nơi nào người có biết,
Ta vẫn buồn thương nhớ bóng người!

Trưng Vương ngày xưa ấy.

Trưng Vương ngày xưa ấy.
Tóc thề chấm ngang vai,
Em gót son bước nhẹ,
Tung tăng trên phố dài.

Trưng Vương ngày xưa ấy.
Áo dài trắng tung bay.
Hoa phượng hồng đôi má.
Cho lòng anh thương hoài.

Trưng Vương ngày xưa ấy.
Cổng trường ai đứng chờ,
Công viên ai đứng đợi,
Thành tượng đá chơ vơ!

Trưng Vương ngày xưa ấy.
Nhớ hoài đôi mắt ai,
U uẩn chiều tiễn biệt!
Người chinh chiến miệt mài!

Trưng Vương ngày xưa ấy.
Người xưa còn hôm nay?
Bao năm rồi xa cách,
Cho thương nhớ hao gầy!

Tự thán

Hơn bảy mươi năm vướng bụi trần,
Kiếp người mộng ảo trót sa chân.
Bao năm vẫn cứ u mê mãi,
Đường về bến giác đã quên dần!

Ngắm nhìn nhân thế toàn đau thương.
Cõi tạm này đây lắm đoạn trường!
Công danh rồi sẽ như mây khói,
Phú quý xem ra cũng vô thường?

Một thoáng đời như giấc chiêm bao,
Lao đao cõi tạm đến khi nào?
Lận đận mải mê vòng danh lợi.
Xuôi tay nào có khác chi nhau?

Xin được rời xa chốn thị phi,
Bờ giác là nơi ta tìm về,
Thân tâm an lạc vui ngày tháng,
Mong làm cánh hạc vượt bến mê.

Nguyễn Ngọc Trân | **279**

Tự trào

Nguyễn Trãi trường xưa có một chàng,
Tên Trân sức học thuộc loại xoàng!
Trong lớp nết hay ưa phá phách,
Ngoài trường tính cũng thích lăng săng,
Chó ngáp phải ruồi... đậu tú kép,
Mèo mù vớ cá... đặng tý quan,
Nhát như thỏ đế đi... Biệt động!
Đánh giặc chưa xong đã chạy làng!

Tưởng đã quên

Tưởng đã quên mà sao vẫn yêu,
Không những yêu mà lại yêu nhiều,
Yêu quê hương với trang sử cũ,
Yêu cánh đồng quê tiếng sáo diều.

Tưởng đã quên mà sao vẫn thương,
Thương tuổi học sinh dưới mái trường,
Thương trang sách mới thơm mùi mực,
Thương thầy cô với bạn cùng trường.

Tưởng đã quên sao vẫn vấn vương,
Áo trắng ai bay giữa phố phường,
Những giờ tan học cùng chung bước,
Ba tháng hè xa bao nhớ thương.

Tưởng đã xa mà vẫn thấy gần,
Những ngày binh lửa bước chinh nhân,
Tay súng trên tay gìn giữ nước,
Mong cho quê mẹ được an lành.

Tưởng đã quên sao vẫn nhớ hoài,
Suốt đời tôi sẽ chẳng phôi phai,
Đường về quê mẹ mong gần lại,
Mộng ước yêu thương được trải dài.

Tương tư!

Tương tư
ôm một bóng hình,
Gởi thương
gởi nhớ
về miền xa xa!!!
Bóng người
thì đã khuất xa,
Còn ta
với ánh trăng tà buồn tênh.

Đắm mình
trong giấc cô miên,
Đêm đêm ôm giấc
muộn phiền từ đây.
Đợi chờ ai?
Người có hay?
Để cho thu tím
nhạt phai tình nồng.

Nhớ ai
Ngày đợi đêm mong,
Bốn mùa vẫn chỉ
lạnh lùng mùa đông.
Trong lòng
nỗi nhớ mênh mông,
Nhớ ngày tháng cũ
ta cùng bên nhau.

Phút giây
đầm ấm người trao,
Mà giờ ta đã
mất nhau nửa đời.
Người ơi
thôi nhé đành thôi
Đêm đêm
vẫn nhớ
dáng người ngày xưa.

Ước nguyện

Khi tôi chết xin được như ý nguyện,
Lá quốc kỳ xếp gọn đặt kế bên,
Trong quan tài và bên cạnh xác thân,
Cho ấm lại hồn tôi đang băng giá.

Nhớ khi xưa quê mình trong binh lửa,
Giữ quê hương tôi từ giã mái trường,
Cùng bạn bè đi bảo vệ quê hương,
Mong đất nước thoát tay loài giặc đỏ.

Vững tay súng miệt mài trong gian khổ,
Bao nhiêu lần chiến thắng dựng cờ bay,
Nào ngờ đâu đất nước có một ngày,
Đành tan vỡ súng gươm buông từ đấy!

Kiếp tha hương lòng tôi luôn mong đợi,
Có một ngày tươi sáng trên quê hương,
Toàn dân đứng lên quét sạch bạo cường,
Cho đất nước được tự do hạnh phúc.

Còn riêng tôi xin được như mong ước,
Nếu một mai tôi mất tại nơi đây,
Lá cờ vàng đặt cạnh xác thân này,
Để mãi mãi cùng tôi vào miên viễn.

Nguyễn Ngọc Trân | **285**

Uống cạn ly này rồi ly nữa

Uống cạn ly này rồi ly nữa,
Bọn mình lâu lắm mới gặp nhau,
Thằng khung trời lạ thằng lướt sóng,
Riêng tao xông xáo tận tuyến đầu.

Uống cạn ly này rồi ly nữa,
Quê mình khói lửa đã bao lâu?
Lỡ sinh làm kiếp trai thời loạn,
Gánh nợ giang sơn phải vướng vào.

Uống cạn ly này rồi ly nữa,
Nhớ quân trường cũ mình có nhau,
Những đêm ứng chiến Tăng nhơn Phú,
Nhìn hỏa châu rơi nhớ tình đầu.

Uống cạn ly này rồi ly nữa,
Mừng mày vừa thoát trận Hạ Lào,
Tao cũng vừa ra từ An Lộc,
Tử sinh tựa một giấc chiêm bao.

Uống cạn ly này rồi ly nữa,
Bạn bè còn lại được bao nhiêu?
Thằng còn thằng mất nào ai biết,
Chỉ thấy tên trên mục phân ưu!

Uống cạn ly này rồi ly nữa,
Ngày mai nào biết được ra sao?
Tổ quốc ghi ơn trên nấm mộ,
Hay thân vùi dập giữa chiến hào?

Uống cạn ly này rồi ly nữa,
Ngày mai mình lại chia tay nhau,
Thằng tung cánh sắt vào lửa đạn,
Thằng về làm bạn với hải âu.
....
Uống cạn ly này rồi ly nữa,
Nửa đời mình mới gặp lại nhau,
Mừng nhau sao thấy buồn trong mắt!
Chợt thấy ta như những thuở nào.

Uống cạn ly này rồi ly nữa,
Quê hương bỏ lại một niềm đau,
Giấc mộng năm xưa đành khép lại,
Chuyện mình như một giấc chiêm bao.

Vẫn mãi trong anh

Ta muốn dìu nhau vào trong mơ,
Nhưng ước mơ sao vẫn xa mờ!
Anh nơi xứ lạ bao năm tháng,
Bao giờ ta mới nối đường tơ?

Em của ngày xưa giờ chốn nao?
Tìm em giờ biết ở nơi nào?
Thời gian còn đó bao kỷ niệm,
Không biết bao giờ mới gặp nhau?

Muốn được nhìn vào đôi mắt sâu,
Bao nhiêu năm tháng đã hoen sầu!
Thời gian trôi mãi như giòng nước,
Vẫn mãi trong anh chuyện tình đầu.

Vẫn mãi trong tim chuyện ban đầu

Ngoài hiên lành lạnh gió thu về.
Buồn trông từng cánh lá bay đi,
Bâng khuâng nhớ những mùa thu trước,
Bóng dáng người xưa chợt hiện về.

Chẳng biết người có thương mình không?
Mà sao mình cứ nhớ trong lòng!
Từng đêm ôm nỗi buồn vương vấn,
Chẳng biết người có hay gì không??

Để rồi năm tháng dần qua mau,
Bao nhiêu thu tới bấy nhiêu sầu.
Người đi thu đến mang sầu tới.
Vẫn mãi trong tim chuyện ban đầu.

Vẫn mãi trong tim chuyện ban đầu.
Cho nên vương vấn mãi ngàn sau!
Thu về lòng chợt bâng khuâng quá.
Hình bóng năm nào em ở đâu?

Vẫn nhớ mãi

Bao thu rồi em nơi nào có biết?
Anh giờ đây nỗi nhớ vẫn đong đầy,
Vẫn vời trông theo những áng mây bay,
Về chốn cũ với bao nhiêu kỷ niệm.

Anh vẫn nhớ một chiều mây giăng tím,
Nắng sân trường hiu hắt buổi tiễn đưa,
Anh lên đường vai nặng gánh sông hồ,
Vẫn nhớ mãi ánh mắt buồn tha thiết.

Đã bao lần tưởng chừng như vĩnh biệt,
Chốn binh đao nào biết được ngày mai?
Nợ non sông gánh nặng cả đôi vai,
Chỉ mong ước sớm tàn cơn binh lửa.

Thư em viết anh vẫn thường nhận đủ,
Vẫn biết em vui sách vở sân trường,
Trong lòng anh luôn nhớ đến người thương
Nhưng không dám hồi âm em nào biết?

Đường hành quân nhiều gian nguy khôn xiết,
Thư viết bao lần anh chẳng gởi đi,
Sợ vì anh em lỡ tuổi Xuân thì,
Đành ôm kín chuyện yêu thương vụng dại.

Rồi một ngày được tin ngoài biên ải,
Em theo chồng bỏ lại mái trường xưa,
Ngoài tuyến đầu anh chợt thấy bơ vơ!
Và từ đó nhủ lòng thôi thương nhớ.

Hơn nửa đời tự nhiên lòng chợt nhớ,
Nhìn mùa thu ảm đạm đến bên song,
Thương nhớ về ai... thương nhớ mênh mông!
Vẫn nhớ mãi người ơi sao vẫn nhớ!

Nguyễn Ngọc Trân | 291

Vần thơ dệt mộng!

Đêm thức giấc một mình anh một bóng,
Nhớ thật nhiều nhưng biết nói sao đây.
Muốn ôm em trong giấc mộng đêm dài,
Muốn quấn quít bờ môi hôn ngọt lịm.

Bao kỷ niệm lời trao nhau âu yếm,
Lần hẹn hò gặp gỡ sao quá nhanh!
Vòng tay ôm cho khao khát ân tình.
Vẫn nhớ mãi nụ hôn đầu trìu mến.

Càng xa nhau tình mình càng tha thiết,
Lại trách thầm sao mình đã mất nhau.
Tri âm ơi mai này biết về đâu?
Anh nhớ mãi làm sao mà quên được!

Những vần thơ những mặn nồng tha thiết.
Gởi về em cho tất cả về em,
Rồi từng đêm anh lại muốn từng đêm.
Trong giấc ngủ dìu nhau vào mộng đẹp.

Vẫn đắm say

Yêu người nhưng chưa trọn vòng tay!
Từng đêm nỗi nhớ vẫn đong đầy
Người ở nơi nào người có biết
Ta vẫn yêu người vẫn đắm say.

Anh vẫn yêu em như thuở nào,
Cho dù mình đã chẳng còn nhau!
Vẫn mãi trong anh bao kỷ niệm,
Nụ hôn đầu ta đã vội trao.

Một thoáng đời qua như giấc mộng,
Trong anh vẫn nhớ chuyện ngày xưa,
Nhiều đêm trong giấc chiêm bao ngắn,
Lại thấy hẹn nhau bên lối xưa.

Hơn nửa đời người nửa vòng quay,
Nửa vòng trái đất người có hay?
Ngày đi vội quá không từ biệt,
Ta vẫn yêu người..vẫn đắm say.

Vẫn nhớ mãi Saigon xưa

Ta về đây giữa Saigon thương nhớ,
Phố quen xưa sao lạ những tên đường
Tượng đá buồn nhìn cảnh cũ tang thương,
Còn đâu nữa những công viên hò hẹn.

Thương xá Tax thân yêu giờ đã mất
Con đường xưa Nguyễn Huệ cũng chẳng còn.
Người thì đông nhưng cảnh thật vô hồn,
Lòng tiếc nuối Saigon không còn nữa!

Ta về đây giữa phố phường bỡ ngỡ,
Làm sao tìm lại được bước chân quen?
Ngôi trường xưa thay đổi đã bao phen.
Xa lạ lắm những hàng cây phượng đỏ!

Ta về đây tìm đâu ra chốn cũ,
Những thân quen giờ phiêu bạt nơi nào?
Một lần thôi cho thương nhớ dạt dào,
Vẫn nhớ mãi Saigon xưa yêu dấu.

Vẫn nhớ về ai!

Đã bao năm rồi ta mất nhau!
Trong anh vẫn nhớ chuyện ban đầu,
Ngày em cất bước sang bên ấy,
Anh đã âm thầm mang đớn đau!

Rồi một ngày anh bước lên đường,
Xa người ra mãi tận biên cương,
Em nơi chốn cũ nào hay biết?
Có người vẫn nhớ một người thương.

Nhìn hoàng hôn xuống với cô liêu,
Lửa hương yêu vẫn cháy thật nhiều,
Nhớ lắm trường xưa thời hoa mộng,
Áo dài tha thướt dáng em yêu.

Anh vẫn miệt mài trong khói lửa,
Em sống cùng ai vẫn vô tình.
Đâu biết có người xưa chung lối,
Mãi mãi mang theo một bóng hình!

Lửa chinh chiến tàn anh phiêu bạt
Lìa nơi chốn cũ cùng trường xưa
Xứ người anh vẫn ôm kỷ niệm
Nhớ người thương nhớ mấy cho vừa!

Vẫn theo mãi

Tình đã phai mà sao lòng vẫn nhớ?
Nhiều đêm buồn trong khắc khoải đơn côi.
Ta đã xa và đã mất nhau rồi
Nhưng nỗi nhớ trong anh còn nguyên vẹn.

Kể từ khi hai phương trời cách biệt,
Anh làm sao quên được chuyện ngày xưa,
Nhớ sân trường cùng với những ước mơ
Mong hai đứa được bên nhau mãi mãi.

Bao thu qua ta càng xa nhau mãi!
Cho lòng anh mang nặng nỗi sầu vương.
Hình bóng quê hương hình bóng người thương
Vẫn theo mãi tận cuối đời còn lại!

Vẫn nhớ mãi nụ hôn đầu vụng dại.
Vòng tay ôm mình chẳng muốn rời xa,
Thời gian trôi nhưng không thể xóa nhòa,
Người yêu hỡi phương nào người có nhớ?

Vần thơ cho em!

Mây hôm nay anh cuồng điên vì nhớ,
Người yêu ơi em có biết cho chăng?
Nghĩ đến em đang say giấc mộng vàng,
Anh chỉ muốn ghì em cho thật chặt.

Bao năm rồi tình mình như bất tận,
Đến với nhau qua những khúc tình thơ,
Rồi yêu nhau giây phút thật tình cờ,
Nụ hôn đã trao nhau nồng hơi ấm.

Nhiều năm trời tình mình luôn say đắm,
Những hẹn hò hai đứa được bên nhau,
Thời gian qua sẽ mãi không phai màu,
Anh nhớ mãi và sẽ luôn nhớ mãi.

Sáng hôm nay nhìn mùa Thu trở lại,
Bao Thu rồi ta vẫn mãi bên nhau
Vẫn từng ngày nghe giọng nói ngọt ngào,
Đầy thương nhớ và ân cần thăm hỏi.

Bây giờ đây vần thơ anh viết vội,
Gởi về em với tất cả thương yêu,
Dù bây giờ cho mãi đến mai sau,
Tuy không được gần nhau nhưng mãi có.

Vần thơ cho người!

Vấn vương trong nỗi nhớ,
Bâng khuâng trong nỗi buồn.
Làm sao mà quên được?
Những ngày tháng yêu thương.

Gặp nhau đã nửa đời,
Yêu nhau mãi khôn nguôi.
Tình mình sao ngang trái,
Làm sao mà quên người.

Đêm về trong giấc mộng,
Ta thấy mình có đôi,
Tỉnh giấc hồn vương vấn.
Cho lòng thấy chơi vơi.

Người ơi ta vẫn nhớ,
Những tháng ngày bên nhau,
Kỷ niệm xưa còn mãi.
Xao xuyến nụ hôn đầu.

Gởi về người yêu dấu,
Những vần thơ dấu yêu.
Dù ta không tròn mộng,
Vẫn yêu em thật nhiều!

Vẫn trọn đời thương nhớ

Anh sẽ gởi
Nụ hôn theo làn gió,
Vuốt tóc em
Sợi nắng nhẹ ngang vai.
Ta xa nhau
Đã bao tháng cùng ngày
Yêu em lắm
mà sao không với tới.

Ngày anh đi
Nụ hôn sao quá vội,
Đến bây giờ
nhớ mãi làm sao quên,
Nên từng đêm
ôm gối mộng cô miên,
Anh vô vọng
tìm em nào đâu thấy!

Thời gian ơi
Ta đâu còn trẻ mãi!
Lời thề xưa
nhớ mãi đến bây giờ.
Thương về em
Anh gởi mấy vần thơ,
Dù ngăn cách
Vẫn trọn đời thương nhớ!

Vẫn trong ta mãi

Ta đã xa và người mãi xa,
Nụ hôn xưa chắc cũng nhạt nhoà.
Người xa nhưng vẫn trong ta mãi,
Một thuở yêu người vẫn thiết tha.

Một thuở yêu người vẫn thiết tha,
Trong ta tình vẫn mãi đậm đà,
Những ngày tháng cũ đầy kỷ niệm,
Mà sao mình đã vội lìa xa.

Người trách ta sao đã vội quên,
Bến xưa còn nhớ mãi con thuyền,
Người sao hiểu được trong ta mãi,
Chuyện cũ trong tim vẫn còn nguyên.

Tranh Đinh Trường Chinh

Vào thu

Mấy hôm nay vào Thu trời trở lạnh,
Ngoài sân buồn từng chiếc lá vàng bay,
Nhớ thương ai lòng cứ vấn vương hoài,
Cho nhung nhớ đêm về ôm gối mộng.

Người biết không ta yêu người say đắm,
Dù biết rằng mình sẽ chẳng có nhau.
Dù biết rằng rồi sẽ vấn vương sầu,
Nhưng trống vắng làm lòng thêm nhung nhớ.

Hôm nay buồn trời vào Thu lại nhớ,
Dệt vần thơ gởi đến người mình yêu.
Ngày cuối tuần lòng chợt thấy quạnh hiu,
Thương nhớ lắm người ơi! Người có biết?

Ta vẫn yêu vẫn yêu người tha thiết,
Người biết không, người hỡi, người biết không?
Nhìn Thu về cánh lá rụng ngoài song,
Lòng lại nhớ những mùa Thu ngày trước.

Dưới lá vàng ta cùng nhau sánh bước,
Dệt mộng đầu trong lứa tuổi hoa niên.
Rồi Thu sau ta cất bước đăng trình
Vui sương gió không quên lời ước hẹn.

Bây giờ đây nhìn mùa Thu lại đến,
Mấy Thu rồi ta nhớ mãi người ơi!
Người nơi nào hay chốn cũ xa xôi?
Có còn nhớ những mùa Thu năm cũ?

Nguyễn Ngọc Trân | **303**

Viếng mộ tử sĩ

Một ngày mưa gió trong nghĩa trang!
Anh em chiến hữu đến thắp nhang,
Hoa trái dâng lên cùng tưởng niệm.
Vong linh tử sĩ những hồn hoang!

Em thắp hộ tôi một nén nhang,
Trong nghĩa trang giờ đã hoang tàn!
Bao năm lạnh lẽo không nhang khói!
Mộ bia tan vỡ với thời gian!

Nhìn những mộ phần quá hoang sơ!
Từ khi tàn cuộc chiến đến giờ,
Không người chăm sóc thành hoang phế!
Lòng tôi đau xót mấy cho vừa!

Xin cám ơn người đã nhiệt tình,
Đi xây đắp mộ các chiến binh,
Hồn thiêng sông núi xin chứng giám.
Chết vì non nước được hiển vinh.

Vĩnh biệt tình em

Mây trên đỉnh núi xây thành,
Tình ta xa vắng mong manh tơ trời,
Xưa em nhặt lá vang rơi.
Gởi mây theo gió cuối trời nhớ thương!

Xiêm y còn đọng mùi hương,
Gương xưa còn đó vấn vương bóng nàng.
Bên thềm hoa cũng ngỡ ngàng!
Yêu anh em bước nhẹ nhàng vào tim.

Cỏ cây đẫm giọt sương đêm,
Hương xưa vương vấn bên thềm xót xa.
Bóng hình ai vẫn thiết tha,
Chỉ còn lại ánh trăng tà buồn tênh!

Phím đàn dạo ngón tay tiên,
Nhặt khoan một khúc sầu nghiêng thấm hồn.
Sông thương chia nhánh hai nguồn.
Rừng xưa đã khép mây buồn trôi mau.

Người ơi! Nếu có xa nhau,
Nhớ nhau xin giữ cho nhau mảnh tình.

Vợ lính sau ngày quốc hận

Nữ sinh Trưng Vương Saigon thuở trước,
Đã không còn khung cửa sổ mùa thu!
Em Gia Long dưới chế độ ngục tù!
Đời vất vả làm tàn phai nhan sắc!

Các em sống giữa chợ đời hỗn loạn,
Gánh hàng xôi đi rao bán hàng ngày,
Xót xa nhìn em chẳng có tương lai!
Da sạm nắng nuôi chồng đang tù tội!

Em nhìn anh rồi quay đi rất vội,
Anh vội vàng chạy đến nắm bàn tay,
Nước mắt lăn trên gò má héo gầy!
Em khẽ nói: "Anh về em mừng lắm.

Còn chồng em anh có thường hay gặp?
Có tù chung hay khác chỗ khác nơi?"
Nghe em hỏi anh không dám trả lời,
Cho em biết chồng của em đã mất!

Anh còn nhớ ngày chồng em bị bắt,
Cùng anh em vượt trại giữa rừng sâu,
Chúng mang ra bắn chết giữa đêm thâu!
Rồi ra lệnh bọn anh đem chôn xác!

Trong rừng hoang bọn anh đào huyệt lạnh!
Những thi hài không mảnh ván bọc thân!
Không mộ bia thương các bạn vô ngần,
Hận một lũ cộng quân sao tàn ác!

Từ giã em mà lòng anh tan nát!
Thân gái nhọc nhằn biết sẽ về đâu?
Trưng Vương ơi áo trắng đã phai màu!
Gia Long hỡi Phượng tàn sân trường cũ!

Xa nhau!

Đã bao nhiêu ngày không gặp nhau?
Một ngày xa cách ba thu sầu!
Người ở nơi nào người có biết?
Trơi buồn trời cũng đổ mưa ngâu!

Đã bao lâu rồi ta cách xa?
Người ơi người có biết chăng là
Vòng tay ấm áp còn đâu nữa,
Nụ hôn xưa chắc cũng nhạt nhòa?

Ta đã nhủ lòng thôi nhớ thương,
Hãy xem như giấc mộng bình thường,
Nhiều đêm thức trọn trong nỗi nhớ,
Vẫn thấy tơ lòng mãi vấn vương.

Xa vắng!

Hơn nửa đời rồi xa vắng nhau,
Nửa vòng trái đất vẫn vương sầu.
Người vui bên ấy nào hay biết?
Có một người thức trắng đêm thâu.

Hơn nửa đời rồi xa vắng nhau,
Mà sao cứ ngỡ như hôm nào.
Xứ người sao vẫn còn phiêu bạt,
Lòng chợt buồn dâng như sóng trào!

Hơn nửa đời rồi người biết không?
Quanh ta chỉ thấy tuyết lạnh lùng!
Mong lắm người ơi ngày gặp lại,
Cho lòng sưởi ấm giữa mùa đông.

Hơn nửa đời sao chẳng thấy tin,
Ngóng trông mà vẫn thấy im lìm!
Trách ai quên mất lời hẹn cũ,
Tìm nhau giờ biết ở đâu tìm?

Nguyễn Ngọc Trân | 309

Xin hãy giữ lá cờ vàng ba sọc đỏ

Hôm nay thấy cờ vàng bay phất phới,
Nơi xứ người mà cứ ngỡ quê tôi,
Tôi và anh lưu lạc cuối phương trời,
Nơi đất khách gia tài còn đâu nữa.

Chỉ còn lại cờ vàng ba sọc đỏ,
Như những giòng máu đỏ chứa trong tim,
Tuổi trẻ chúng ta giờ biết đâu tìm,
Gia tài đó xin trao cho lớp trẻ.

Ngày nào đó trên quê hương đất mẹ,
Con cháu mình sẽ dựng lại cờ xưa,
Khi nước mình sạch bóng bọn cộng nô,
Cờ thân ái sẽ thay màu cờ máu.

Hãy cùng nhau chúng ta khuyên con cháu,
Gia tài ta là tổ quốc thân yêu,
Là cờ vàng ba sọc đỏ luân lưu,
Mong thế hệ đàn em mình tiếp nối,

Việt Nam Cộng hòa chữ vàng chói lọi,
Sẽ sáng ngời trên đất nước thân yêu.

Xin thứ lỗi

Mình xa nhau đã lâu em nhỉ?
Vẫn trong anh hình bóng buổi ban đầu,
Lời hẹn hò ta đã vội trao nhau,
Bao năm tháng vẫn không sao quên được!

Đôi chúng mình không được như mơ ước
Ngày chia tay là xa cách nhau rồi.
Đến bây giờ hai đứa vẫn hai nơi,
Lòng thổn thức ngắm thu về hiu hắt!

Mùa đông đến lòng càng thêm quặn thắt!
Nhìn tuyết rơi chợt thấy bóng hình ai,
Rồi nhớ thương theo giấc mộng đêm dài
Em nào biết anh yêu em tha thiết.

Người yêu ơi hai phương trời cách biệt,
Biết làm sao nói hết nỗi lòng anh,
Quá nửa đời mà tình vẫn còn xanh,
Xin thứ lỗi cho anh người yêu nhé!

Xứ Vạn hồ

Xứ Vạn hồ tôi đủ bốn mùa,
Mùa Xuân tươi mát cảnh nên thơ,
Vầng trăng soi bóng trong đêm mộng,
Cành liễu mong manh phủ mặt hồ.

Mùa hè kéo tàu đi câu cá,
Vạn hồ hương sắc cả ngàn hoa,
Còn ai vui thú hơn ta nữa,
Một chiếc cần câu rượu cùng trà.

Rượu ấm tràn môi mơ chuyện cũ,
Nhặt lá đề thơ vịnh cảnh thu,
Ngoài sân hoa cúc xôn xao đón,
Thu về lại chợt nhớ thu xưa.

Đông đến ngồi nhìn hoa tuyết rơi,
Tuyết rơi đẹp lắm mùa đông ơi,
Tối đến quây quần bên lò sưởi,
Bốn mùa đẹp lắm Vạn hồ ơi.

Xuân buồn

Sáng nay thức dậy chợt buồn
Thấy đời như giấc mộng thường mà thôi.
Tuổi Xuân một thoáng mây trôi
Đời ta nghĩ lại đầy vơi được gì?

Xuân đến rồi Xuân lại đi
Quê hương còn đó ngày về càng xa.
Đón Xuân lòng chợt xót xa,
Tuổi Xuân ngày trước đã qua mất rồi!

Bao nhiêu mộng cũ đành thôi
Hận xưa thì vẫn chưa nguôi trong lòng.
Nhiều đêm trong mộng chập chùng
Thấy trong lửa đạn vẫn còn hăng say.

Giật mình mộng đã xa bay
Ngoài sân tuyết trắng vẫn rơi lạnh lùng
Xứ người đón tết giữa đông
Xuân về quê mẹ sao lòng buồn tênh!!!

Xuân đi Xuân đến!

Xuân đi Xuân đến lại mùa Xuân,
Tuổi già xộc đến nên thương thân.
Xứ mẹ Xuân về mai vàng nở,
Quê người đông đến tuyết trắng sân!

Lận đận những Xuân về đất khách,
Lao đao bao đông đến khổ thân!
Vẫn muốn lạc quan trong cuộc sống,
Mà sao buồn mãi kiếp tha nhân!

Xuân lại đến!

Không hẹn mà Xuân lại đến rồi.
Ngàn hoa đua sắc khắp mọi nơi
Đất khách đông về nên lạnh lẽo
Quê nhà Xuân đến thật tươi vui.
Vui Xuân lại thấy lòng se sắt,
Mừng tết sao trong dạ bồi hồi.
Bốn mươi Xuân đến trên đất lạ,
Giao thừa quạnh quẽ một mình tôi.

Nguyễn Ngọc Trân | **315**

Xuân tha hương

Xuân này ta vẫn mãi tha hương
Xa cách quê cha vạn dặm trường.
Đón Xuân đất khách lòng nhung nhớ
Mừng tết quê người dạ vấn vương!
Mai vàng khoe sắc đâu không thấy
Tuyết trắng tung bay khắp phố phường.
Giao thừa lòng hướng về quê mẹ
Mong sao Xuân tới sẽ hồi hương!!!

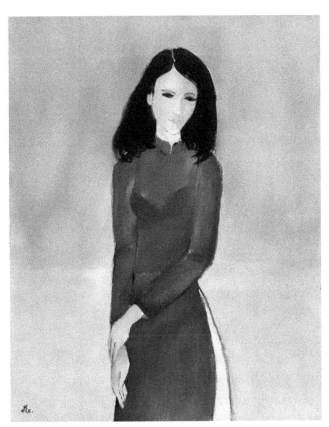

Tranh Đinh Trường Chinh

Xuân thăm mẹ

Nhớ thuở còn thơ mừng Xuân đến,
Mẹ cùng con hái lộc đầu năm,
Nhìn con khôn lớn cao hơn mẹ,
Mẹ mừng con mẹ sắp thành nhân.

Ai ngờ chiến cuộc tràn đất nước
Con theo tiếng gọi để lên đường,
Đã bao Xuân đến không về được.
Mong con tóc mẹ đã pha sương!

Con say chiến đấu quên ngày tháng,
Bao mùa Xuân đến lại qua đi,
Hôm dừng quân lại bên rừng vắng,
Thấy mai vàng nở biết Xuân về.

Đời lính miệt mài theo năm tháng.
Vui buồn trên khắp nẻo hành quân,
Vẫn nhớ mẹ già khi Xuân đến,
Mong con mẹ chẳng có mùa Xuân!

Rồi một mùa Xuân đến thật buồn!
Tang thương trên khắp chốn quê hương!
Thua cuộc con đành thân biệt xứ!
Đón Xuân vẫn nhớ chuyện chiến trường.

Xuân này con đến mừng tuổi mẹ,
Thấy mẹ già đi tóc bạc nhiều,
Nuôi con khôn lớn đời dâu bể,
Nên lòng con chợt thấy nao nao.

Mẹ ơi! Lòng mẹ như sông biển
Con biết bao giờ đền đáp ơn
Hôm nay Xuân đến mừng tuổi mẹ
Mẹ hiền xin hiểu chút lòng con

Xuân trong tù

Sáng sớm đi lao động,
Trong rừng cây lá dầy.
Cùng bạn tù cất bước.
Xuân về nào ai hay?

Trời lành lạnh ban mai.
Rừng thắm sương xuống đầy
Chợt thấy Mai vàng nở.
Mới biết Xuân về đây.

Hái một nhánh hoa mai,
Nhẹ nâng cánh hoa gầy,
Nhớ thời oanh liệt cũ.
Mai cài cổ áo ai!

Giờ đây bạn cùng ta,
Trong lòng nghe xót xa.
Nhìn hoa lòng thổn thức
Nhớ những mùa Xuân qua.

Bây giờ bên rừng vắng,
Khe khẽ hát khúc ca,
Mẹ ơi bao Xuân đến,
Con vẫn mãi xa nhà!

Hôm nay Xuân về đây,
Trên những nhánh mai gầy,
Nhưng lòng ta đã chết!
Những mùa Xuân từ đây!

Nguyễn Ngọc Trân | **321**

Xuân về đất mẹ chẳng còn vui

Xuân về đất mẹ chẳng còn vui!
Nam quan Bản Giốc mất lâu rồi,
Trường Sa cũng đã vào tay giặc,
Giặc Tàu giờ chúng ở khắp nơi.

Giặc Tàu giờ chúng ở khắp nơi,
Bình Dương chúng đã dựng phố rồi,
Tây nguyên chúng cũng đang khai thác.
Ô nhiễm môi trường đất nước tôi!

Tôi ngồi nhìn lại đất nước tôi,
Cái bọn cộng quân bán nước rồi,
Thằng Trần Quang Thanh vừa tuyên bố,
Nhớ ơn Trung quốc đến vạn đời.

Rồi Nguyễn Chí Vịnh hăm he dân,
Muốn yên thì không được biểu tình,
Bởi vì Trung quốc là mẫu mực.
Dân nghe nó nói lòng thêm khinh.

Bọn này chắc ăn phải bùa mê,
Của thằng Tàu cộng nên u mê,
Thất phu trong nước họ còn biết,
Ngàn năm Bắc thuộc vẫn còn ghi.

Xuân về đất mẹ chẳng còn vui!
Bởi lũ tham quan cướp đất rồi,
Tiên Lãng chưa xong thì chúng lại,
Văn Giang chúng đánh dân tơi bời,

Xuân này buồn lắm mẹ hiền ơi!
Con vẫn lang thang tận xứ người,
Từ khi giặc cộng vào chiếm đất,
Mang con gả bán khắp mọi nơi.

Mang con gả bán khắp mọi nơi,
Qua Hàn qua tận đảo xa xôi,
Tết này con nhớ về quê mẹ,
Đón Xuân trong nỗi nhớ ngậm ngùi.

Đón Xuân tôi chỉ biết chúc thôi,
Chúc cho dân chúng biết thức thời,
Năm mới quyết vùng lên giết giặc,
Diệt bọn tay sai cứu giống nòi.

Nguyễn Ngọc Trân | **323**

Xuân về xứ lạ

Đã hơn nửa đời thân biệt xứ!
Xuân về xứ lạ có gì vui!
Chỉ thấy quanh ta đầy tuyết trắng,
Mùa đông băng giá ngập hồn tôi!

Quạnh quẽ không gian toàn mây xám
Mùa đông chẳng cánh én bay về
Nơi đây xứ lạnh nên buồn lắm
Nhớ tết quê nhà đượm tình quê.

Không một cành hoa chào Xuân mới,
Ngậm ngùi nhang khói nhớ tổ tiên,
Quê hương thì cách xa ngàn dặm,
Bao mùa Xuân vẫn mãi ưu phiền.

Ngồi nhìn con cháu vui mừng tết,
Hân hoan trên nét mặt thiên thần,
Một chút vui Xuân trên đất khách,
Quây quần chỉ được mấy người thân.

Nhớ những bạn bè thời thơ ấu,
Trường cũ rừng xưa cùng có nhau,
Ngày Xuân trên tuyến đầu ngăn giặc,
Bây giờ hồn bạn ở nơi đâu?

Ừ thôi Xuân đến Xuân cứ đến,
Người vui Xuân mới cứ việc vui.
Có ai ngăn được Xuân không đến?
Riêng ta Xuân đã chết lâu rồi!

Mục lục

Liên lạc Tác giả
Nguyễn Ngọc Trân
trannguyen3@yahoo.com

Liên lạc Nhà xuất bản
Nhân Ảnh
han.le3359@gmail.com
(408) 722-5626

CPSIA information can be obtained
at www.ICGtesting.com
Printed in the USA
JSHW040825110421
13408JS00001B/2